VIÐHÆTTI LEIÐBEININGAR TIL AÐ BÚA TIL KLEINUHRINGIR

100 mjúkar, dúnkenndar og yndislegar kleinuhringjauppskriftir

Helga Andrésdóttir

Höfundarréttarefni ©2023

Allur réttur áskilinn

Engan hluta þessarar bókar má nota eða senda á nokkurn hátt eða á nokkurn hátt án skriflegs samþykkis útgefanda og höfundarréttarhafa, nema stuttar tilvitnanir sem notaðar eru í umsögn. Þessi bók ætti ekki að koma í staðinn fyrir læknisfræðilega, lögfræðilega eða aðra faglega ráðgjöf.

EFNISYFIRLIT

EFNISYFIRLIT 3
KYNNING 6
GRUNNUUPSKRIFT 7
  1. Grunnhækkað deig fyrir kleinuhringi 8
VEGGIE kleinuhringir 10
  2. Mini grasker prótein kleinuhringir 11
  3. Ube kleinuhringir með kókosgljáa 13
  4. Bakaðar gulrótarkaka kleinur 15
  5. Spínat Og Feta kleinuhringir 17
  6. Kúrbít og Cheddar kleinuhringir 19
  7. Sætar kartöflur og kókoshnetur 21
  8. Rauðrófur og dökk súkkulaði kleinuhringir 23
  9. Gulrótarkaka kleinuhringir 25
  10. Sætar kartöflu kleinuhringir 27
  11. Kúrbít súkkulaðibitasnúðar 29
  12. Grasker möndlumjólk kleinuhringir 31
  13. Rauðrófur og súkkulaði kleinur 33
  14. Butternut Squash Krydd kleinuhringir 35
  15. Spergilkál og cheddar kleinuhringir 37
  16. Grænkál og hvítlauks kleinuhringir 39
OSTSNIÐUR 41
  17. Tiramisu kleinuhringir 42
  18. Mini Ricotta kleinuhringir fylltir með Nutella 45
  19. Cheddar og Jalapeño osta kleinuhringir 47
  20. Gráðostur og beikon kleinuhringir 49
  21. Geitaostur og fíkju kleinuhringir 51
  22. Feta- og spínat kleinuhringir 53
  23. Gouda og skinku kleinuhringir 55
KRYDDA kleinuhringir 57
  24. Kanill Prótein kleinuhringir 58
  25. Kryddaðir spænskir kleinur 60
  26. Múskat kleinuhringir 62
  27. Apple Cider Paleo kleinuhringir 64
  28. Kanill sykur kleinuhringir 66
  29. Piparkökur kleinuhringir 68
  30. Kardimommukrydddu kleinuhringir 70
  31. Eplasafi kleinuhringir 72
  32. Graskerkrydd kleinuhringir 74
SÚKKULAÐI kleinuhringir 76

33. Súkkulaðikaka kleinuhringir 77
34. Bakaðar Oreo kleinuhringir 79
35. Oreo súkkulaði kleinuhringur 81
36. Súkkulaði Cannoli kleinuhringir 83
37. Gljáðum dúnkenndum súkkulaðikönglum 86
38. Red Velvet Bakaðir kleinuhringir 88
39. Kakó & Moringa kleinuhringir 90

BLÓMA kleinuhringir 93
40. Butterfly Pea Gljáður kleinuhringir 94
41. Lavender hunang kleinuhringir 96
42. Rosewater kleinuhringir 98
43. Elderflower kleinuhringir 100
44. Kamille sítrónu kleinuhringir 102
45. Orange Blossom kleinuhringir 104
46. Fjólublá vanillu kleinuhringir 106
47. Elderflower Gljáður kleinuhringir 108
48. Kamille hunang kleinuhringir 110

ÁVÆNDA kleinuhringir 112
49. Kirsuberja og súkkulaði kleinur 113
50. Ananas Baileys kleinuhringir 115
51. Yuzu-Curd kleinuhringir 117
52. Sítrónu kleinuhringir með pistasíuhnetum 120
53. Ástríðuostasmíði kleinuhringir 123
54. Bláberjakaka kleinuhringir 127

SÆÐA kleinuhringir 129
55. Sítrónu Poppy Seed kleinuhringir 130
56. Heilhveiti graskersfræ kleinuhringir 132
57. Chia fræ kleinuhringir 135
58. Sesamfræ kleinuhringir 137
59. Poppy Seed Donuts 139
60. Hörfræ kleinuhringir 141
61. Sólblómafræ kleinuhringir 143

HNETU kleinuhringir 145
62. Heslihnetutoppaður kleinuhringur 146
63. Ristað kókosbakaðar kleinur 148
64. Hlynur Walnut kleinuhringir 151
65. Möndlugleði kleinuhringir 153
66. Hnetusmjör kleinuhringir 155
67. Heslihnetu Mokka kleinuhringir 157
68. Pistasíu kleinuhringir 159
69. Walnut Karamellu kleinuhringir 161

SULTU OG hlaup 163
70. Sultu kleinuhringir 164
71. Svartskógur Kirsuberjasultu kleinuhringir 166
72. Hindberjarjómaostur hlaup kleinuhringir 169
73. Lemon Curd kleinuhringir 171
74. Brómber gljáður kleinuhringir 174
75. Karamellu Epli kleinuhringir 177
76. Nutellafylltir kleinuhringir 180

BOOZY kleinuhringir 183
77. Ristað Baileys bakaðir kleinuhringir 184
78. Margarita kleinuhringir 187
79. Brandy og sultu kleinuhringir 190
80. Irish Coffee Donuts 193
81. Bourbon Maple Becon Donuts 195
82. Kampavín hindberja kleinuhringir 197
83. Kahlua súkkulaði kleinuhringir 199
84. Romm karamellu gljáð kleinuhringir 201
85. Tequila Lime kleinuhringir 203
86. Baileys súkkulaði kleinuhringir 205
87. Romm rúsínu kleinuhringir 207
88. Mimosa kleinuhringir 209
89. Guinness Chocolate Stout Donuts 211

KORN OG BELGJUR 213
90. Maísbrauð kleinuhringir 214
91. Kínóa og svörtu bauna kleinuhringir 216
92. Kjúklingabaunamjöl og grænmetis kleinuhringir 218
93. Linsubaunir og brún hrísgrjón kleinuhringir 220
94. Hirsi og kjúklingabauna kleinuhringir 222
95. Bókhveiti og rauð linsubaunir 224
96. Kjúklingabaunir og sætar kartöflur kleinuhringir 226
97. Linsubaunir og kínóa kleinuhringir 228
98. Svört baun og brún hrísgrjón kleinuhringir 230
99. Kínóa og kjúklingabaunamjöl kleinuhringir 232
100. Linsubaunir og bókhveiti kleinuhringir 234

NIÐURSTAÐA 236

KYNNING

Velkomin í heim heimagerða kleinuhringja! Þessi matreiðslubók er stútfull af ljúffengum kleinuhringuppskriftum sem auðvelt er að fylgja eftir sem mun fullnægja sælunni þinni og heilla vini þína og fjölskyldu. Allt frá klassískum gljáðum kleinuhringjum til einstakra kleinuhringja með hráefni, það er eitthvað fyrir alla í þessari matreiðslubók.

Að búa til kleinuhringi heima getur virst ógnvekjandi, en með réttum verkfærum og hráefnum er þetta skemmtileg og gefandi upplifun. Heimabakaðir kleinuhringir bragðast ekki bara dásamlega, heldur færðu líka ánægjuna af því að búa til eitthvað frá grunni. Svo gríptu svuntuna þína, forhitaðu ofninn þinn eða hitaðu upp pönnu og við skulum byrja!

GRUNNUUPSKRIFT

1. Grunnhækkað deig fyrir kleinuhringi

HRÁEFNI:
- ½ bolli af smjöri eða annarri styttingu
- ¼ bolli sykur
- 1 bolli brennd mjólk
- ½ tsk vanilla
- ¾ teskeið salt
- 4 bollar hveiti
- 1 eyri þjappað ger
- 2 matskeiðar vatn
- 2 egg, vel þeytt

LEIÐBEININGAR:
a) Hellið sjóðandi mjólk yfir smjör og sykur. Bætið salti við.
b) Þegar það er bráðið skaltu bæta þeyttu eggi og vanillu út í.
c) Þegar það er volgt, bætið við gerinu sem hefur verið blandað saman við 2 matskeiðar af vatni.
d) Bætið sigtuðu alhliða hveiti út í smátt og smátt til að mynda mjúkt deig.
e) Þegar það er orðið stíft að blanda, með skeið, snúið deiginu út á hveitistráð borð og bætið aðeins við nægu hveiti til að mynda mjúkt deig.

VEGGIE kleinuhringir

2.Lítil grasker prótein kleinuhringir

HRÁEFNI:

- 1 bolli hvítt heilhveiti
- ½ bolli vanillu mysupróteinduft
- ⅓ bolli þétt pakkaður ljós púðursykur
- 1 ½ tsk lyftiduft
- 1 tsk graskersbökukrydd
- ¼ teskeið kosher salt
- 1 bolli niðursoðinn graskersmauk
- 3 matskeiðar ósaltað smjör, brætt
- 2 stórar eggjahvítur
- 2 matskeiðar 2% mjólk
- 1 tsk malaður kanill
- ⅓ bolli kornsykur
- 2 matskeiðar ósaltað smjör, brætt

LEIÐBEININGAR:

a) Forhitaðu ofninn í 350 gráður F. Húðaðu bollana á kleinuhringapönnu með nonstick úða.

b) Blandið saman hveiti, próteindufti, púðursykri, lyftidufti, graskersbökukryddi og salti í stórri skál.

c) Þeytið graskerið, smjörið, eggjahvíturnar og mjólkina saman í stórum mælibolla úr gleri eða annarri skál.

d) Hellið blautu blöndunni yfir þurru hráefnin og hrærið með gúmmíspaða þar til það er rakt.

e) Skellið deiginu jafnt í kleinuhringjaformið. Bakið í 8 til 10 mínútur, þar til kleinurnar eru léttbrúnar og springa aftur þegar þær eru snertar. Kælið í 5 mínútur.

f) Blandið kanil og sykri saman í lítilli skál. Dýfðu hverjum kleinuhring í brædda smjörið og síðan í kanilsykurinn.

g) Berið fram heitt eða við stofuhita. Geymið í loftþéttum umbúðum í allt að 5 daga.

3.Ube kleinuhringir með kókosgljáa

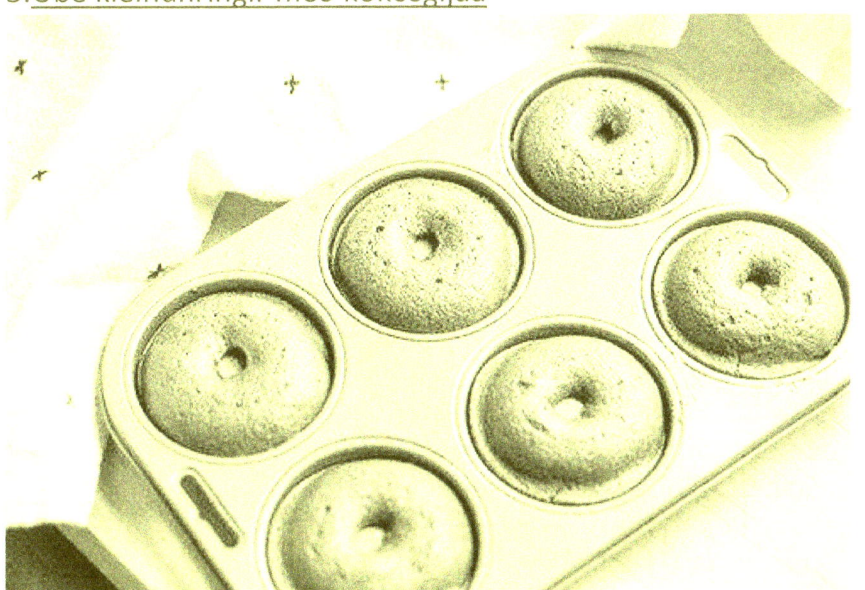

HRÁEFNI:
FYRIR DONUUTINN
- ¼ bolli jurtaolía
- ½ bolli súrmjólk
- 2 stór egg
- ½ bolli sykur
- ½ tsk salt
- 1 tsk lyftiduft
- 2 tsk ube þykkni
- 1 hveiti fyrir bolla

FYRIR ÍSKUNNINN
- 2 bollar flórsykur
- 4 msk kókosmjólk
- 1 matskeið mjólk
- ¼-½ tsk Ube þykkni
- ½ bolli ósykrað rifin kókos

LEIÐBEININGAR:
a) Hitið ofninn í 350 gráður.
b) Sprayðu kleinuhringapönnu með nonstick úða.
c) Blandið saman olíu, súrmjólk, eggjum, sykri, salti, lyftidufti og ube þykkni þar til það hefur blandast saman.
d) Hrærið hveiti út í og blandið þar til slétt. Hellið deiginu í kleinuhringinn að um það bil ¾ fullt.
e) Bakið kleinur í 15 mínútur.
f) Taktu úr ofninum, láttu kólna í 5 mínútur, fjarlægðu síðan kleinuhringi af pönnunni.
g) á meðan þau kólna búðu til gljáann með því að þeyta saman flórsykri, mjólk og ube þykkni.
h) þegar hann hefur kólnað, dýfið hverjum kleinuhring hálfa leið í gljáann og setjið á vírgrind til að þorna. Stráið kókosflögum yfir ef vill.

4.Bakaðar gulrótarkaka kleinur

HRÁEFNI:

- ⅓ bolli súrmjólk
- 1 tsk hvítt edik
- 45 g brætt smjör n kælt
- 1 bolli alhliða hveiti
- 1 tsk lyftiduft
- ½ tsk kanill
- ½ tsk múskat
- ¼ teskeið salt
- ¼ bolli sykur
- 2 matskeiðar hunang
- 1 stórt egg
- 1 tsk vanilluþykkni
- ½ bolli gulrót

LEIÐBEININGAR:

a) Hitið ofninn í 200 gráður. Smyrjið kleinuhringiform eða búðu til þína eigin. Ég notaði muffinspönnu og notaði stúta vafða inn í álpappír

b) Undirbúðu öll hráefnin þín og settu saman á vinnusvæðinu þínu

c) Í stórri skál þeytið saman mjólk, edik, bræddu smjöri, hunangi, sykri, eggi og vanillu.

d) Bætið við gulrótum og blandið vel saman

e) Bætið sigtuðu hveiti saman við bakstur og blandið kryddi þar til það hefur blandast vel saman

f) Fylltu pípupoka af gulrótardeigi, blandaðu deiginu jafnt á pönnuna og fylltu um ⅔

g) Bakið í 12-15 mínútur eða þar til þær eru gullinbrúnar. Látið kólna í nokkrar mínútur á pönnunni og setjið síðan yfir á vírgrind til að kólna alveg.

h) Til skrauts: Bræðið hvítt súkkulaði í tvöföldum katli og hellið kleinuhringnum yfir.

i) Skreytið með þurrkaðri kókoshnetu og strái

j) Njóttu með uppáhaldsdrykknum þínum.

5.Spínat Og Feta kleinuhringir

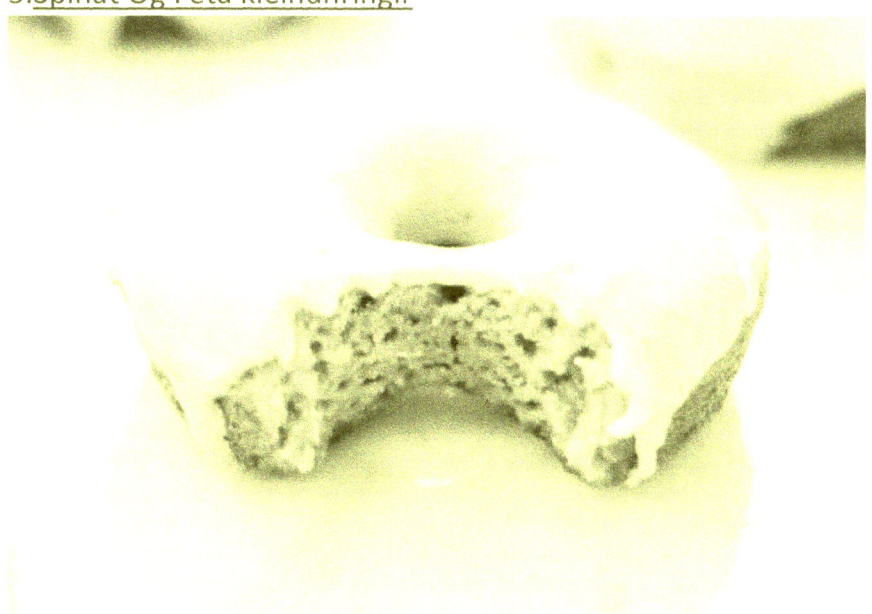

HRÁEFNI:

- 1 bolli alhliða hveiti
- ½ bolli heilhveiti
- ½ bolli saxað ferskt spínat
- ½ bolli mulinn fetaostur
- ⅓ bolli mjólk
- ⅓ bolli grísk jógúrt
- ¼ bolli ólífuolía
- 1 tsk lyftiduft
- ½ tsk matarsódi
- ¼ teskeið salt
- 2 hvítlauksgeirar, saxaðir
- ¼ tsk svartur pipar

LEIÐBEININGAR:

a) Hitið ofninn í 350°F (180°C).

b) Hrærið saman hveiti, lyftidufti, matarsóda, salti og svörtum pipar í stórri skál.

c) Í annarri skál, blandið saman saxuðu spínati, muldum fetaosti, mjólk, grískri jógúrt, ólífuolíu, söxuðum hvítlauk.

d) Bætið blautu hráefnunum við þurrefnin og blandið þar til það hefur blandast saman.

e) Setjið deigið með skeið í smurt kleinuhringjaform og bakið í 12-15 mínútur, eða þar til tannstöngull sem stungið er í miðjuna kemur hreinn út.

f) Látið kólna á pönnunni í 5 mínútur áður en það er sett á grind til að kólna alveg.

6.Kúrbít og Cheddar kleinuhringir

HRÁEFNI:

- 1 bolli alhliða hveiti
- ½ bolli heilhveiti
- ½ bolli rifinn kúrbít
- ½ bolli rifinn cheddar ostur
- ⅓ bolli mjólk
- ¼ bolli ólífuolía
- 1 tsk lyftiduft
- ½ tsk matarsódi
- ¼ teskeið salt
- ¼ tsk svartur pipar
- ¼ tsk hvítlauksduft

LEIÐBEININGAR:

a) Hitið ofninn í 350°F (180°C).
b) Í stórri skál, þeytið saman hveiti, lyftiduft, matarsóda, salt, svartan pipar og hvítlauksduft.
c) Í annarri skál, blandið saman rifnum kúrbít, rifnum cheddar osti, mjólk og ólífuolíu.
d) Bætið blautu hráefnunum við þurrefnin og blandið þar til það hefur blandast saman.
e) Setjið deigið með skeið í smurt kleinuhringjaform og bakið í 12-15 mínútur, eða þar til tannstöngull sem stungið er í miðjuna kemur hreinn út.
f) Látið kólna á pönnunni í 5 mínútur áður en það er sett á grind til að kólna alveg.

7.Sætar kartöflur og kókoshnetur

HRÁEFNI:
- 1 bolli alhliða hveiti
- ½ bolli heilhveiti
- ½ bolli sæt kartöflumús
- ½ bolli kókosmjólk
- ⅓ bolli púðursykur
- ¼ bolli jurtaolía
- 1 tsk lyftiduft
- ½ tsk matarsódi
- ¼ teskeið salt
- ¼ teskeið malað engifer
- ¼ tsk malaður kanill

LEIÐBEININGAR:
a) Hitið ofninn í 350°F (180°C).
b) Í stórri skál, þeytið saman hveiti, lyftiduft, matarsóda, salt, malað engifer og malaðan kanil.
c) Í annarri skál, blandaðu saman sætu kartöflumús, kókosmjólk, púðursykri og jurtaolíu.
d) Bætið blautu hráefnunum við þurrefnin og blandið þar til það hefur blandast saman.
e) Setjið deigið með skeið í smurt kleinuhringjaform og bakið í 12-15 mínútur, eða þar til tannstöngull sem stungið er í miðjuna kemur hreinn út.
f) Látið kólna á pönnunni í 5 mínútur áður en það er sett á grind til að kólna alveg.

8.Rauðrófur og dökk súkkulaði kleinuhringir

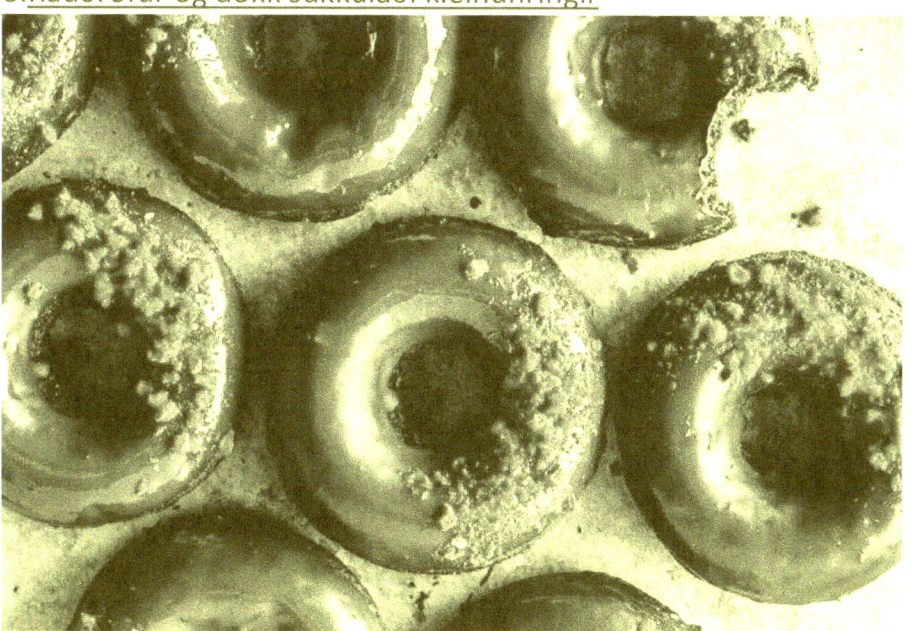

HRÁEFNI:

- 1 bolli alhliða hveiti
- ½ bolli heilhveiti
- ½ bolli rifnar hráar rauðrófur
- ⅓ bolli hunang
- ¼ bolli jurtaolía
- ¼ bolli ósykrað kakóduft
- 1 tsk lyftiduft
- ½ tsk matarsódi
- ¼ teskeið salt
- ¼ bolli dökkt súkkulaðibitar

LEIÐBEININGAR:

a) Hitið ofninn í 350°F (180°C).
b) Hrærið saman hveiti, lyftidufti, matarsóda, salti og kakódufti í stórri skál.
c) Blandið saman rifnum rauðrófum, hunangi, jurtaolíu og dökku súkkulaðibitum í annarri skál.
d) Bætið blautu hráefnunum við þurrefnin og blandið þar til það hefur blandast saman.
e) Setjið deigið með skeið í smurt kleinuhringjaform og bakið í 12-15 mínútur, eða þar til tannstöngull sem stungið er í miðjuna kemur hreinn út.
f) Látið kólna á pönnunni í 5 mínútur áður en það er sett á grind til að kólna alveg.

9.Gulrótarkaka kleinuhringir

HRÁEFNI:
1 1/2 bollar alhliða hveiti
1/2 bolli kornsykur
1 1/2 tsk lyftiduft
1/2 tsk matarsódi
1/2 tsk malaður kanill
1/4 tsk malaður múskat
1/4 tsk salt
3/4 bolli rifnar gulrætur
1/2 bolli ósykrað eplamósa
1/4 bolli jurtaolía
1/4 bolli möndlumjólk
1 tsk vanilluþykkni

LEIÐBEININGAR:
Forhitaðu ofninn þinn í 350°F (175°C) og smyrjið kleinuhringjapönnu.
Í blöndunarskál, þeytið saman hveiti, sykur, lyftiduft, matarsóda, kanil, múskat og salt.
Bætið rifnum gulrótum, eplamósu, jurtaolíu, möndlumjólk og vanilluþykkni við þurrefnin. Blandið þar til það hefur blandast vel saman.
Setjið deigið með skeið í tilbúna kleinuhringjapönnu og fyllið hvert hol um það bil 2/3 fullt.
Bakið í 12-15 mínútur eða þar til tannstöngull sem stungið er í kleinurnar kemur hreinn út.
Leyfðu kleinunum að kólna á pönnunni í nokkrar mínútur áður en þú færð þá yfir á vírgrind til að kólna alveg.

10.Sætar kartöflu kleinuhringir

HRÁEFNI:

1 bolli soðnar og maukaðar sætar kartöflur
1/2 bolli möndlumjólk
1/4 bolli hlynsíróp
2 matskeiðar brædd kókosolía
1 tsk vanilluþykkni
1 bolli alhliða hveiti
1 tsk lyftiduft
1/2 tsk matarsódi
1/2 tsk malaður kanill
1/4 tsk malaður múskat
1/4 tsk salt

LEIÐBEININGAR:

Forhitaðu ofninn þinn í 350°F (175°C) og smyrjið kleinuhringjapönnu.
Í skál, þeytið saman sætum kartöflumús, möndlumjólk, hlynsírópi, bræddu kókosolíu og vanilluþykkni.
Í sérstakri skál skaltu sameina alhliða hveiti, lyftiduft, matarsóda, kanil, múskat og salt.
Bætið þurrefnunum smám saman út í blautu hráefnin og hrærið þar til það hefur blandast saman.
Setjið deigið með skeið í tilbúna kleinuhringjapönnu og fyllið hvert hol um það bil 2/3 fullt.
Bakið í 12-15 mínútur eða þar til tannstöngull sem stungið er í kleinurnar kemur hreinn út.
Leyfðu kleinunum að kólna á pönnunni í nokkrar mínútur áður en þú færð þá yfir á vírgrind til að kólna alveg.

11. Kúrbít súkkulaðibitakjurtir

HRÁEFNI:

1 bolli rifinn kúrbít
1/2 bolli ósykrað eplamósa
1/4 bolli hlynsíróp
2 matskeiðar brædd kókosolía
1 tsk vanilluþykkni
1 bolli alhliða hveiti
1/4 bolli kakóduft
1/2 tsk lyftiduft
1/2 tsk matarsódi
1/4 tsk salt
1/4 bolli vegan súkkulaðiflögur

LEIÐBEININGAR:

Forhitaðu ofninn þinn í 350°F (175°C) og smyrjið kleinuhringjapönnu.
Blandið saman rifnum kúrbít, eplamósu, hlynsírópi, bræddu kókosolíu og vanilluþykkni í skál.
Í sérstakri skál, þeytið saman alhliða hveiti, kakóduft, lyftiduft, matarsóda og salt.
Bætið þurrefnunum smám saman út í blautu hráefnin og hrærið þar til það hefur blandast saman.
Brjótið súkkulaðibitunum saman við.
Setjið deigið með skeið í tilbúna kleinuhringjapönnu og fyllið hvert hol um það bil 2/3 fullt.
Bakið í 12-15 mínútur eða þar til tannstöngull sem stungið er í kleinurnar kemur hreinn út.
Leyfðu kleinunum að kólna á pönnunni í nokkrar mínútur áður en þú færð þá yfir á vírgrind til að kólna alveg.

12.Grasker möndlumjólk kleinuhringir

HRÁEFNI:

1 bolli graskersmauk
1/2 bolli möndlumjólk
1/4 bolli hlynsíróp
2 matskeiðar brædd kókosolía
1 tsk vanilluþykkni
1 1/2 bollar alhliða hveiti
1 tsk lyftiduft
1/2 tsk matarsódi
1/2 tsk malaður kanill
1/4 tsk salt

LEIÐBEININGAR:
Forhitaðu ofninn þinn í 350°F (175°C) og smyrjið kleinuhringjapönnu.
Í skál, þeytið saman graskersmauki, möndlumjólk, hlynsírópi, bræddu kókosolíu og vanilluþykkni.
Í sérstakri skál skaltu sameina alhliða hveiti, lyftiduft, matarsóda, kanil og salt.
Bætið þurrefnunum smám saman út í blautu hráefnin og hrærið þar til það hefur blandast saman.
Setjið deigið með skeið í tilbúna kleinuhringjapönnu og fyllið hvert hol um það bil 2/3 fullt.
Bakið í 12-15 mínútur eða þar til tannstöngull sem stungið er í kleinurnar kemur hreinn út.
Leyfðu kleinunum að kólna á pönnunni í nokkrar mínútur áður en þú færð þá yfir á vírgrind til að kólna alveg.

13. Rauðrófur og súkkulaði kleinur

HRÁEFNI:

1 bolli soðnar og maukaðar rófur
1/2 bolli möndlumjólk
1/4 bolli hlynsíróp
2 matskeiðar brædd kókosolía
1 tsk vanilluþykkni
1 bolli alhliða hveiti
1/4 bolli kakóduft
1/2 tsk lyftiduft
1/2 tsk matarsódi
1/4 tsk salt

LEIÐBEININGAR:

Forhitaðu ofninn þinn í 350°F (175°C) og smyrjið kleinuhringjapönnu.
Í skál skaltu sameina maukaðar rófur, möndlumjólk, hlynsíróp, brædda kókosolíu og vanilluþykkni.
Í sérstakri skál, þeytið saman alhliða hveiti, kakóduft, lyftiduft, matarsóda og salt.
Bætið þurrefnunum smám saman út í blautu hráefnin og hrærið þar til það hefur blandast saman.
Setjið deigið með skeið í tilbúna kleinuhringjapönnu og fyllið hvert hol um það bil 2/3 fullt.
Bakið í 12-15 mínútur eða þar til tannstöngull sem stungið er í kleinurnar kemur hreinn út.
Leyfðu kleinunum að kólna á pönnunni í nokkrar mínútur áður en þú færð þá yfir á vírgrind til að kólna alveg.

14. Butternut Squash Krydd kleinuhringir

HRÁEFNI:

1 bolli soðinn og maukaður butternutsquash
1/2 bolli möndlumjólk
1/4 bolli hlynsíróp
2 matskeiðar brædd kókosolía
1 tsk vanilluþykkni
1 1/2 bollar alhliða hveiti
1 tsk lyftiduft
1/2 tsk matarsódi
1/2 tsk malaður kanill
1/4 tsk malaður múskat
1/4 tsk malaður negull
1/4 tsk salt

LEIÐBEININGAR:

Forhitaðu ofninn þinn í 350°F (175°C) og smyrjið kleinuhringjapönnu.
Þeytið saman í skál maukaða kartöflumús, möndlumjólk, hlynsíróp, brædda kókosolíu og vanilluþykkni.
Í sérstakri skál skaltu sameina alhliða hveiti, lyftiduft, matarsóda, kanil, múskat, negul og salt.
Bætið þurrefnunum smám saman út í blautu hráefnin og hrærið þar til það hefur blandast saman.
Setjið deigið með skeið í tilbúna kleinuhringjapönnu og fyllið hvert hol um það bil 2/3 fullt.
Bakið í 12-15 mínútur eða þar til tannstöngull sem stungið er í kleinurnar kemur hreinn út.
Leyfðu kleinunum að kólna á pönnunni í nokkrar mínútur áður en þú færð þá yfir á vírgrind til að kólna alveg.

15.Spergilkál og cheddar kleinuhringir

HRÁEFNI:
1 1/2 bollar alhliða hveiti
1/2 bolli maísmjöl
1 matskeið lyftiduft
1/2 tsk salt
1 bolli saxað gufusoðið spergilkál
1/2 bolli rifinn cheddar ostur
1/4 bolli jurtaolía
1/2 bolli möndlumjólk
1 matskeið næringarger (valfrjálst)

LEIÐBEININGAR:
Forhitaðu ofninn þinn í 350°F (175°C) og smyrjið kleinuhringjapönnu.
Í blöndunarskál, blandaðu saman öllu hveiti, maísmjöli, lyftidufti og salti.
Bætið við hakkað spergilkál, rifnum cheddar osti, jurtaolíu, möndlumjólk og næringargeri (ef það er notað). Blandið þar til það hefur blandast vel saman.
Setjið deigið með skeið í tilbúna kleinuhringjapönnu og fyllið hvert hol um það bil 2/3 fullt.
Bakið í 12-15 mínútur eða þar til tannstöngull sem stungið er í kleinurnar kemur hreinn út.
Leyfðu kleinunum að kólna á pönnunni í nokkrar mínútur áður en þú færð þá yfir á vírgrind til að kólna alveg.

16.Grænkál og hvítlauks kleinuhringir

HRÁEFNI:

1 1/2 bollar alhliða hveiti
1/2 bolli maísmjöl
1 matskeið lyftiduft
1/2 tsk salt
1 bolli saxað grænkál (hvítt og þurrkað)
2 hvítlauksgeirar, saxaðir
1/4 bolli ólífuolía
1/2 bolli möndlumjólk

LEIÐBEININGAR:

Forhitaðu ofninn þinn í 350°F (175°C) og smyrjið kleinuhringjapönnu.
Í blöndunarskál, blandaðu saman öllu hveiti, maísmjöli, lyftidufti og salti.
Bætið söxuðum grænkáli, söxuðum hvítlauk, ólífuolíu og möndlumjólk út í. Blandið þar til það hefur blandast vel saman.
Setjið deigið með skeið í tilbúna kleinuhringjapönnu og fyllið hvert hol um það bil 2/3 fullt.
Bakið í 12-15 mínútur eða þar til tannstöngull sem stungið er í kleinurnar kemur hreinn út.
Leyfðu kleinunum að kólna á pönnunni í nokkrar mínútur áður en þú færð þá yfir á vírgrind til að kólna alveg.

OSTSNIÐUR

17.Tiramisu kleinuhringir

HRÁEFNI:
FYRIR GERKIRTUKARNIR
- ½ bolli heitt vatn
- 2 og ¼ teskeiðar virkt þurrger
- ½ bolli heit súrmjólk
- 1 stórt egg, þeytt
- ¼ bolli brætt smjör
- ¼ bolli sykur
- ½ tsk salt
- 3 bollar alhliða hveiti, auk auka til að hnoða

FYRIR KAFFI RJÓMAFYLTINGuna
- ¾ bolli þeyttur rjómi, kaldur
- ½ bolli flórsykur
- 1 tsk vanillu
- ¾ bolli mascarpone ostur
- 2 matskeiðar bruggað kaffi, kalt

FYRIR HVÍTA SÚKKULAÐIGLÍAN
- 150 grömm af hvítu súkkulaði
- 4 matskeiðar þeyttur rjómi
- kakóduft til að dusta toppa kleinuhringanna

LEIÐBEININGAR:

a) Í blöndunarskál, bætið heitu vatni við. Stráið gerinu og um 1 tsk af sykri yfir. Látið þessa blöndu standa í 5-7 mínútur, eða þar til froðukennt. Bætið við súrmjólkinni, egginu, bræddu smjöri, afganginum af sykri og salti. Hrærið allt saman með tréskeið þar til allt hefur blandast saman.

b) Bætið 3 bollum af hveiti út í, einum bolla í einu, og hrærið þar til blandan fer að mynda rjúfan massa. Haltu áfram að blanda þar til laust deig myndast í miðjunni.

c) Rykið hreint vinnuflöt með hveiti. Snúið deiginu við og hnoðið þar til deigið er slétt og teygjanlegt, stráið hendurnar og borðið með hveiti eftir þörfum. Til að prófa þetta skaltu taka út lítinn hluta af deiginu í hendinni og teygja það út með fingrunum til að mynda ferning. Deigið á að mynda hálfgagnsæra filmu í miðjunni. Þetta er einnig þekkt sem gluggarúðuprófið. Mótaðu hnoðaða deigið í kúlu. Settu það í skál og hyldu það með hreinu handklæði. Látið hefast í 1 og ½ til 2 klukkustundir, eða þar til það hefur tvöfaldast að stærð. Á

meðan, skera 12-14 stykki af ferkantaða smjörpappír sem eru um 4-5 tommur.
d) Þegar búið er að lyfta, tæmdu varlega í deigið. Á létt hveitistráðu yfirborði skaltu rúlla einum hluta af deiginu í grófan ferhyrning sem er ½ tommu þykkur. Skerið út eins marga hringi og þú getur úr deiginu með því að nota kökuform sem er 3 tommur í þvermál. Endurtaktu með hinum helmingnum af deiginu.
e) Setjið hvert mótað deig á ferkantaðan bökunarpappír og raðið þeim á stóra bökunarplötu. Hyljið pönnuna lauslega með hreinu eldhúsþurrki og leyfið henni að lyfta sér aftur í 30-40 mínútur eða þar til það er mjúkt og blásið.
f) Forhitið um 3-4 tommur af rapsolíu á breiðri, þykkbotna pönnu. Þegar olían hefur náð 350 F, lækkið 2-3 kleinuhringi í einu, losið þær varlega af smjörpappírnum og steikið þar til þær eru gullnar á hvorri hlið, um það bil 1-3 mínútur samtals. Kleinuhringir brúnast hratt, svo fylgstu vel með þeim. Tæmið steiktu kleinurnar á grind sem er ofan á ofnplötu sem er klædd pappírshandklæði. Leyfið þeim að kólna alveg áður en þær eru fylltar.

GERÐU TIRAMISU FYLLINGuna
g) Blandið þeyttum rjóma, flórsykri og vanilluþykkni saman í skál hrærivélar. Þeytið blönduna með þeytara þar til hún er þykk og loftkennd. Bætið mascarpone ostinum og köldu kaffinu út í og þeytið aðeins þar til það hefur blandast saman.
h) Flyttu kremið í sprautupoka með viðhengi eða í kökupressu með fylliefni.
i) Notaðu fingur eða pípufestinguna til að stinga gat meðfram hliðinni á kleinuhring. Notaðu fingurna til að búa til smá holrými inni í kleinuhringnum með því að gera sópandi hreyfingu inni. Hrærið smá tiramisu krem inn í þar til kleinurnar stækka.

GERÐU HVÍTA SÚKKULAÐIGLÍAN
j) Skerið súkkulaðið í litla bita og setjið það í breið hitaþolna skál. Hellið þeyttum rjóma í örbylgjuþolna skál og hitið í örbylgjuofni þar til hliðarnar byrja að bóla um 15-30 sekúndur

18. Mini Ricotta kleinuhringir fylltir með Nutella

HRÁEFNI:
- Canola olía (til djúpsteikingar)
- ¾ bolli alhliða hveiti
- 2 tsk lyftiduft
- ¼ teskeið salt
- 1 bolli ricotta ostur
- 2 stór egg
- 2 matskeiðar kornsykur
- 2 tsk vanilluþykkni
- ½ bolli Nutella
- Flórsykur (valfrjálst)

LEIÐBEININGAR:
a) Í lítilli skál, þeytið saman hveiti, lyftiduft og salt; setja til hliðar.
b) Í stórri blöndunarskál, þeytið saman ricotta ost, egg, sykur og vanillu. Bætið þurrefnunum út í og blandið þar til það hefur blandast vel saman.
c) Hellið rapsolíu í djúpan, þungbotna pott, um það bil 1½ tommu djúpan. Hitið olíu í um 370°F með djúpsteikingarhitamæli.
d) Slepptu matskeiðsstórum kúlum af deigi varlega í olíuna og slepptu því mjúklega til að fá sem kringlóttasta kúlu. Steikið 4-5 í einu, snúið öðru hverju, þar til þær eru gullnar, 3-4 mínútur. Notaðu töng, flyttu kleinuhringir í pappírshandklæði til að tæma. Endurtaktu þar til deigið er uppurið. Látið kleinur kólna þar til auðvelt er að meðhöndla þær.
e) Flyttu Nutella yfir í sprautu eða sprautupoka með löngum oddinum. Það gæti verið gagnlegt að hita Nutella fyrst í örbylgjuofni í um 30 sekúndur. Stingið lítið gat á kleinurnar, stingið síðan sprautunni í og fyllið með Nutella. Magnið er mismunandi, en þú ættir að finna góða tilfinningu fyrir því hversu mikið Nutella fer í hvern. Endurtaktu með öllum kleinuhringjum.
f) Stráið flórsykri yfir, ef vill, og berið fram.

19.Cheddar og Jalapeño osta kleinuhringir

HRÁEFNI:

- 2 bollar alhliða hveiti
- 1 matskeið lyftiduft
- ½ tsk salt
- ¼ bolli ósaltað smjör, brætt
- 1 bolli mjólk
- 2 stór egg
- ½ bolli rifinn cheddar ostur
- ¼ bolli súrsað jalapeño, saxað

LEIÐBEININGAR:

a) Forhitið ofninn í 375°F (190°C) og smyrjið kleinuhringiform með eldunarúða.
b) Hrærið saman hveiti, lyftidufti og salti í blöndunarskál.
c) Blandið saman bræddu smjöri, mjólk og eggjum í sérstakri skál.
d) Bætið blautu hráefnunum við þurrefnin og hrærið þar til það hefur blandast vel saman.
e) Blandið rifnum cheddar osti og söxuðum jalapeño saman við.
f) Setjið deigið með skeið í tilbúna kleinuhringjapönnu og fyllið hvert mót um ¾ fullt.
g) Bakið í 12-15 mínútur eða þar til kleinurnar eru orðnar gullinbrúnar.
h) Takið úr ofninum og látið kólna í 5 mínútur áður en það er tekið af pönnunni.

20.Gráðostur og beikon kleinuhringir

HRÁEFNI:
- 2 bollar alhliða hveiti
- 1 matskeið lyftiduft
- ½ tsk salt
- ¼ bolli ósaltað smjör, brætt
- 1 bolli mjólk
- 2 stór egg
- ½ bolli mulinn gráðostur
- ¼ bolli soðið beikon, mulið

LEIÐBEININGAR:

a) Forhitið ofninn í 375°F (190°C) og smyrjið kleinuhringiform með eldunarúða.
b) Hrærið saman hveiti, lyftidufti og salti í blöndunarskál.
c) Blandið saman bræddu smjöri, mjólk og eggjum í sérstakri skál.
d) Bætið blautu hráefnunum við þurrefnin og hrærið þar til það hefur blandast vel saman.
e) Blandið muldum gráðostinum og soðnu beikoninu saman við.
f) Setjið deigið með skeið í tilbúna kleinuhringjapönnu og fyllið hvert mót um ¾ fullt.
g) Bakið í 12-15 mínútur eða þar til kleinurnar eru orðnar gullinbrúnar.
h) Takið úr ofninum og látið kólna í 5 mínútur áður en það er tekið af pönnunni.

21.Geitaostur og fíkju kleinuhringir

HRÁEFNI:
- 2 bollar alhliða hveiti
- 1 matskeið lyftiduft
- ½ tsk salt
- ¼ bolli ósaltað smjör, brætt
- 1 bolli mjólk
- 2 stór egg
- ½ bolli mulinn geitaostur
- ¼ bolli þurrkaðar fíkjur, saxaðar

LEIÐBEININGAR:

a) Forhitið ofninn í 375°F (190°C) og smyrjið kleinuhringiform með eldunarúða.
b) Hrærið saman hveiti, lyftidufti og salti í blöndunarskál.
c) Blandið saman bræddu smjöri, mjólk og eggjum í sérstakri skál.
d) Bætið blautu hráefnunum við þurrefnin og hrærið þar til það hefur blandast vel saman.
e) Blandið saman geitaostinum og söxuðum þurrkuðum fíkjum saman við.
f) Setjið deigið með skeið í tilbúna kleinuhringjapönnu og fyllið hvert mót um ¾ fullt.
g) Bakið í 12-15 mínútur eða þar til kleinurnar eru orðnar gullinbrúnar.
h) Takið úr ofninum og látið kólna í 5 mínútur áður en það er tekið af pönnunni.

22.Feta og spínat kleinuhringir

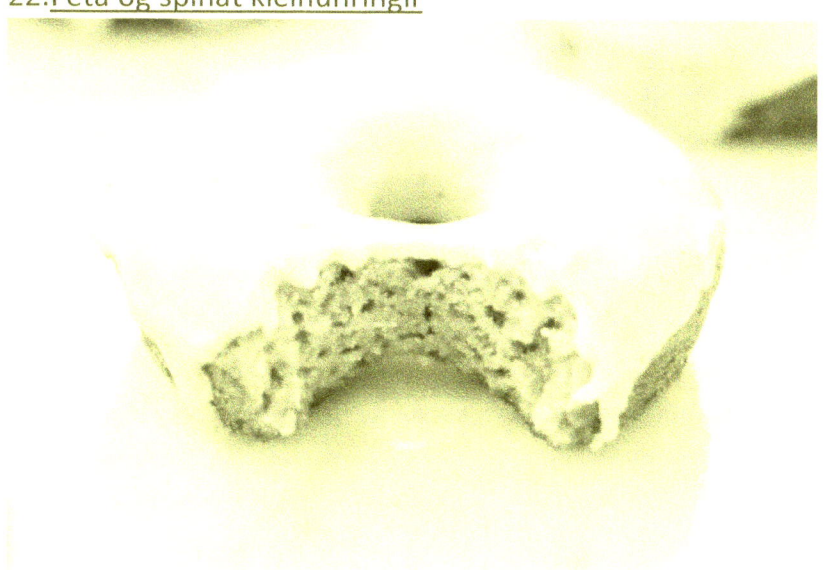

HRÁEFNI:

- 2 bollar alhliða hveiti
- 1 matskeið lyftiduft
- ½ tsk salt
- ¼ bolli ósaltað smjör, brætt
- 1 bolli mjólk
- 2 stór egg
- ½ bolli mulinn fetaostur
- ¼ bolli frosið spínat, þíðað og tæmt

LEIÐBEININGAR:

a) Forhitið ofninn í 375°F (190°C) og smyrjið kleinuhringiform með eldunarúða.
b) Hrærið saman hveiti, lyftidufti og salti í blöndunarskál.
c) Blandið saman bræddu smjöri, mjólk og eggjum í sérstakri skál.
d) Bætið blautu hráefnunum við þurrefnin og hrærið þar til það hefur blandast vel saman.
e) Blandið muldum fetaostinum saman við og þíðað spínatið.
f) Setjið deigið með skeið í tilbúna kleinuhringjapönnu og fyllið hvert mót um ¾ fullt.
g) Bakið í 12-15 mínútur eða þar til kleinurnar eru orðnar gullinbrúnar.
h) Takið úr ofninum og látið kólna í 5 mínútur áður en það er tekið af pönnunni.

23. Gouda og skinku kleinuhringir

HRÁEFNI:
- 2 bollar alhliða hveiti
- 1 matskeið lyftiduft
- ½ tsk salt
- ¼ bolli ósaltað smjör, brætt
- 1 bolli mjólk
- 2 stór egg
- ½ bolli rifinn gouda ostur
- ¼ bolli hægelduðum skinku

LEIÐBEININGAR:

a) Forhitið ofninn í 375°F (190°C) og smyrjið kleinuhringiform með eldunarúða.
b) Hrærið saman hveiti, lyftidufti og salti í blöndunarskál.
c) Blandið saman bræddu smjöri, mjólk og eggjum í sérstakri skál.
d) Bætið blautu hráefnunum við þurrefnin og hrærið þar til það hefur blandast vel saman.
e) Blandið rifnum gouda ostinum og skinku í teninga saman við.
f) Setjið deigið með skeið í tilbúna kleinuhringjapönnu og fyllið hvert mót um ¾ fullt.
g) Bakið í 12-15 mínútur eða þar til kleinurnar eru orðnar gullinbrúnar.
h) Takið úr ofninum og látið kólna í 5 mínútur áður en það er tekið af pönnunni.

KRYDDA kleinuhringir

24.Kanill Prótein kleinuhringir

HRÁEFNI:
- 85 g kókosmjöl
- 110 g spírað próteinduft með vanillubragði
- 25 g möndlumjöl
- 50 g hlynsykur
- 30 ml brædd kókosolía
- 8 g lyftiduft
- 115 ml sojamjólk
- ½ tsk eplaedik
- ½ tsk vanillumauk
- ½ tsk kanill
- 30ml lífræn eplasósa
- 30 g kókospúðursykur
- 10 g kanill

Leiðbeiningar:
a) Blandið öllum þurrefnunum saman í skál.
b) Þeytið mjólkina með eplasósu, kókosolíu og eplasafi í sérstakri skál.
c) Blandið blautu hráefnunum saman við þurrt og hrærið þar til það hefur blandast vel saman.
d) Hitið ofninn í 180°C/350°F og smyrjið 10 holu kleinuhringjaform.
e) Hellið tilbúnu deiginu í smurt kleinuhringjamót.
f) Bakið kleinurnar í 15-20 mínútur.
g) Á meðan kleinurnar eru enn heitar, stráið kókossykri og kanil yfir. Berið fram heitt.

25.Kryddaðir spænskir kleinur

HRÁEFNI:

- 2 bollar af cariaco maís
- ½ bolli af ferskri fljótandi mjólk
- ¼ bolli olía
- 1 tsk kanill
- 1 tsk af sætum negul
- 1 tsk af sætum anís
- 3 egg
- 1 bolli rifinn papelón

LEIÐBEININGAR:

a) Setjið cariaco kornið til að elda í potti í 10 mínútur aðeins þannig að það eldist ekki, heldur bleyti;
b) Malið í venjulegri maískvörn, dragið deigið út og hnoðið það saman við hin hráefnin:
c) Hnoðið mjög vel þar til blandan festist ekki við hendurnar, látið hvíla í 15 mínútur.
d) Forhitið ofninn í 180 °C eða 350 °F.
e) Fletjið deigið út og takið út 30 g skammta og teygið það í þunnt stangarform
f) Tengdu endana til að mynda hringa eða kleinuhringi.
g) Setjið bananablöð ofan á bakka og inn í ofn í 30 mínútur.
h) Takið úr ofninum og látið standa við stofuhita.
i) Berið fram og njótið

26.Múskat kleinuhringjamuffins

HRÁEFNI:
MUFFINS
- 1 ½ bolli alhliða hveiti
- ½ bolli sykur
- 1 ½ tsk lyftiduft
- ⅛ teskeið salt
- ½ tsk malaður kanill
- ¼ tsk Múskat
- ⅓ bolli bráðið smjör
- 1 tsk vanilluþykkni
- 1 egg
- ¼ bolli mjólk
- ¼ bolli jógúrt
- **ÁFLYTTIR**
- ⅓ bolli sykur
- 2 tsk malaður kanill
- 5 msk brætt smjör

LEIÐBEININGAR:
a) Forhitið ofninn í 180°C/375 gráður og sprautið á pönnu eða smjöri. Setjið til hliðar.
b) Þeytið hveiti, lyftiduft, kanil, múskat og salt og þeytið síðan saman og setjið til hliðar. Þeytið egg, sykur, mjólk og jógúrt saman þar til slétt er. Bætið bræddu smjöri og vanilludropum saman við og blandið saman.
c) Hellið blautu hráefnunum í þurrt og blandið þar til það hefur blandast saman.(ekki ofblanda)
d) Setjið deigið með skeið í muffinsform sem er um það bil ½ -¾ fyllt. Bakið í forhituðum ofni í 20-25 mínútur. Leyfið muffins að kólna á pönnunni í nokkrar mínútur áður en þær eru fjarlægðar.
e) Fyrir áleggið. Blandið kanil og sykri í litla skál. Bræðið 5 msk smjör í annarri skál.
f) Dýfið muffinsunum í smjörið.Dýfið og veltið upp í kanilsykurblönduna.
g) Berið fram og njótið!

27.Apple Cider Paleo kleinuhringir

HRÁEFNI:
- ½ tsk kanill
- ½ tsk matarsódi
- ⅛ teskeið sjávarsalt
- 2 egg
- nokkra dropa af stevíu vökva
- ½ bolli kókosmjöl
- 2 matskeiðar möndluolía
- ½ bolli heitt eplasafi
- 2 matskeiðar ghee, brætt – til að hjúpa

KANILSYKUR
- ½ bolli kornaður kókossykur
- 1 matskeið kanill

LEIÐBEININGAR:
a) Forhitið kleinuhringjagerðina.
b) Blandið saman kókosmjöli, matarsóda, kanil og salti.
c) Þeytið egg, olíu og stevíu í annarri skál.
d) Blandið þurrefnunum saman við blautu hráefnin ásamt eplasafi.
e) Skellið kleinuhringjadeiginu í kleinuhringjagerðina.
f) Eldið í 3 mínútur.
g) Penslið kleinuhringir með bræddu ghee/smjöri/möndluolíu.
h) Kasta kleinuhringjum með kanil/kókossykriblöndu.

28.Kanill sykur kleinuhringir

HRÁEFNI:
- 2 bollar alhliða hveiti
- 1 ½ tsk lyftiduft
- 1/2 tsk matarsódi
- 1/2 tsk salt
- 1 tsk malaður kanill
- 1/4 tsk malaður múskat
- 1/4 tsk malaður negull
- 1/2 bolli kornsykur
- 1/4 bolli ósaltað smjör, brætt
- 1/2 bolli súrmjólk
- 1/2 bolli hrein jógúrt
- 2 stór egg
- 1 tsk vanilluþykkni

FYRIR HÚÐUNNI:
- 1/2 bolli kornsykur
- 1 tsk malaður kanill

LEIÐBEININGAR:
a) Forhitaðu ofninn þinn í 350°F (175°C) og smyrjið kleinuhringjapönnu.

b) Hrærið saman hveiti, lyftidufti, matarsóda, salti, kanil, múskati og negul í blöndunarskál.

c) Í sérstakri skál, þeytið saman sykur, bræddu smjöri, súrmjólk, jógúrt, eggjum og vanilluþykkni.

d) Bætið blautu hráefnunum við þurrefnin og hrærið þar til það hefur blandast saman.

e) Setjið deigið með skeið í tilbúna kleinuhringjapönnu og fyllið hvert hol um það bil 2/3 fullt.

f) Bakið í 12-15 mínútur eða þar til tannstöngull sem stungið er í kleinurnar kemur hreinn út.

g) Á meðan kleinuhringirnir eru enn heitir skaltu sameina kornsykurinn og malaðan kanil fyrir húðina í grunnri skál.

h) Dýfðu hverjum kleinuhring ofan í kanilsykurblönduna, húðaðu allar hliðar.

i) Leyfið kleinunum að kólna á grind.

29. Piparkökur kleinuhringir

HRÁEFNI:
- 2 bollar alhliða hveiti
- 1 1/2 tsk lyftiduft
- 1/2 tsk matarsódi
- 1/4 tsk salt
- 1 1/2 tsk malað engifer
- 1 tsk malaður kanill
- 1/2 tsk malaður múskat
- 1/2 tsk malaður negull
- 1/2 bolli ósaltað smjör, brætt
- 1/2 bolli kornsykur
- 1/2 bolli melass
- 2 stór egg
- 1 bolli súrmjólk

FYRIR GLÍAN:
- 1 bolli flórsykur
- 1-2 matskeiðar mjólk
- 1/2 tsk malaður kanill

LEIÐBEININGAR:

a) Forhitaðu ofninn þinn í 350°F (175°C) og smyrjið kleinuhringjapönnu.

b) Hrærið saman hveiti, lyftidufti, matarsóda, salti, engifer, kanil, múskati og negul í blöndunarskál.

c) Í sérstakri skál, þeytið bræddu smjöri, kornsykri, melassa, eggjum og súrmjólk saman.

d) Bætið blautu hráefnunum við þurrefnin og hrærið þar til það hefur blandast saman.

e) Setjið deigið með skeið í tilbúna kleinuhringjapönnu og fyllið hvert hol um það bil 2/3 fullt.

f) Bakið í 12-15 mínútur eða þar til tannstöngull sem stungið er í kleinurnar kemur hreinn út.

g) Leyfðu kleinunum að kólna á pönnunni í nokkrar mínútur áður en þú færð þá yfir á vírgrind til að kólna alveg.

h) Í lítilli skál, þeytið saman flórsykur, mjólk og malaðan kanil til að búa til gljáa. Bætið við meiri mjólk ef þörf krefur til að ná þéttleika.

i) Dýfðu hverjum kleinuhring í gljáann og leyfðu umframmagninu að leka af. Leyfið gljáanum að harðna áður en hann er borinn fram.

30.Kardimommukrydddu kleinuhringir

HRÁEFNI:

- 2 bollar alhliða hveiti
- 1 1/2 tsk lyftiduft
- 1/2 tsk matarsódi
- 1/4 tsk salt
- 1 tsk möluð kardimommur
- 1/2 tsk malaður kanill
- 1/4 tsk malaður múskat
- 1/2 bolli ósaltað smjör, brætt
- 1/2 bolli kornsykur
- 1/2 bolli súrmjólk
- 2 stór egg
- 1 tsk vanilluþykkni

FYRIR ÁFLAÐIÐ:

- 1/4 bolli ósaltað smjör, brætt
- 1/2 bolli kornsykur
- 1 tsk möluð kardimommur

LEIÐBEININGAR:

a) Forhitaðu ofninn þinn í 350°F (175°C) og smyrjið kleinuhringjapönnu.

b) Hrærið saman hveiti, lyftidufti, matarsóda, salti, kardimommum, kanil og múskat í blöndunarskál.

c) Í sérstakri skál, þeytið bræddu smjöri, strásykri, súrmjólk, eggjum og vanilluþykkni saman við.

d) Bætið blautu hráefnunum við þurrefnin og hrærið þar til það hefur blandast saman.

e) Setjið deigið með skeið í tilbúna kleinuhringjapönnu og fyllið hvert hol um það bil 2/3 fullt.

f) Bakið í 12-15 mínútur eða þar til tannstöngull sem stungið er í kleinurnar kemur hreinn út.

g) Á meðan kleinuhringirnir eru enn volgir, dýfðu hverjum kleinuhring ofan í brædda smjörið, rúllaðu síðan upp í blöndu af kornsykri og malaðri kardimommu þar til þau eru húðuð.

h) Leyfið kleinunum að kólna á grind.

31.Eplasafi kleinuhringir

HRÁEFNI:
- 2 bollar alhliða hveiti
- 1 1/2 tsk lyftiduft
- 1/2 tsk matarsódi
- 1/2 tsk salt
- 1 tsk malaður kanill
- 1/4 tsk malaður múskat
- 1/4 tsk malaður negull
- 1/2 bolli ósaltað smjör, brætt
- 1/2 bolli kornsykur
- 1/4 bolli pakkaður ljós púðursykur
- 2 stór egg
- 1/2 bolli eplasafi
- 1/2 bolli hrein grísk jógúrt
- 1 tsk vanilluþykkni

FYRIR HÚÐUNNI:
- 1/2 bolli kornsykur
- 1 tsk malaður kanill

LEIÐBEININGAR:

a) Forhitaðu ofninn þinn í 350°F (175°C) og smyrjið kleinuhringjapönnu.

b) Hrærið saman hveiti, lyftidufti, matarsóda, salti, kanil, múskati og negul í blöndunarskál.

c) Í sérstakri skál, þeytið saman bræddu smjöri, kornsykri, púðursykri, eggjum, eplasafi, grískri jógúrt og vanilluþykkni.

d) Bætið blautu hráefnunum við þurrefnin og hrærið þar til það hefur blandast saman.

e) Setjið deigið með skeið í tilbúna kleinuhringjapönnu og fyllið hvert hol um það bil 2/3 fullt.

f) Bakið í 12-15 mínútur eða þar til tannstöngull sem stungið er í kleinurnar kemur hreinn út.

g) Á meðan kleinuhringirnir eru enn heitir skaltu sameina kornsykurinn og malaðan kanil fyrir húðina í grunnri skál.

h) Dýfðu hverjum kleinuhring ofan í kanilsykurblönduna, húðaðu allar hliðar.

i) Leyfið kleinunum að kólna á grind.

32.Grasker krydd kleinuhringir

HRÁEFNI:
- 1 3/4 bollar alhliða hveiti
- 1 1/2 tsk lyftiduft
- 1/2 tsk matarsódi
- 1/2 tsk salt
- 1 tsk malaður kanill
- 1/2 tsk malaður múskat
- 1/4 tsk malaður negull
- 1/4 tsk malað engifer
- 1/2 bolli kornsykur
- 1/4 bolli pakkaður ljós púðursykur
- 1/2 bolli graskersmauk
- 1/3 bolli súrmjólk
- 1/4 bolli jurtaolía
- 1 stórt egg
- 1 tsk vanilluþykkni

FYRIR GLÍAN:
- 1 bolli flórsykur
- 2 matskeiðar mjólk
- 1/2 tsk malaður kanill
- 1/4 tsk malaður múskat

LEIÐBEININGAR:

a) Forhitaðu ofninn þinn í 350°F (175°C) og smyrjið kleinuhringjapönnu.

b) Hrærið saman hveiti, lyftidufti, matarsóda, salti, kanil, múskati, negul og engifer í blöndunarskál.

c) Í sérstakri skál, þeytið saman kornsykur, púðursykur, graskersmauk, súrmjólk, jurtaolíu, egg og vanilluþykkni.

d) Bætið blautu hráefnunum við þurrefnin og hrærið þar til það hefur blandast saman.

e) Setjið deigið með skeið í tilbúna kleinuhringjapönnu og fyllið hvert hol um það bil 2/3 fullt.

f) Bakið í 12-15 mínútur eða þar til tannstöngull sem stungið er í kleinurnar kemur hreinn út.

g) Í lítilli skál, þeytið saman flórsykur, mjólk, kanil og múskat til að búa til gljáa.

h) Dýfðu hverjum kleinuhring í gljáann og leyfðu umframmagninu að leka af.

SÚKKULAÐI kleinuhringir

33.Súkkulaðikaka kleinuhringir

HRÁEFNI:

- 1 ½ bolli alhliða hveiti
- ½ bolli ósykrað kakóduft
- ½ tsk lyftiduft
- ½ tsk matarsódi
- ¼ teskeið salt
- ½ bolli kornsykur
- ¼ bolli jurtaolía
- 1 stórt egg
- 1 tsk vanilluþykkni
- ¾ bolli súrmjólk
- 1 bolli flórsykur
- ¼ bolli mjólk
- ¼ bolli ósykrað kakóduft

LEIÐBEININGAR:

a) Forhitið ofninn í 375°F. Smyrjið kleinuhringjapönnu með eldunarúða sem festist ekki og setjið til hliðar.
b) Í stórri blöndunarskál, þeytið saman hveiti, kakóduft, lyftiduft, matarsóda, salt og sykur.
c) Í sérstakri blöndunarskál, þeytið saman olíu, egg og vanilluþykkni. Hrærið súrmjólkinni smám saman út í þar til hún hefur blandast vel saman.
d) Hellið blautu hráefnunum í þurrefnin og blandið þar til það hefur blandast saman.
e) Flyttu deigið í sprautupoka og settu í tilbúna kleinuhringapönnuna, fylltu hvert hol um ⅔ fullt.
f) Bakið í 10-12 mínútur eða þar til tannstöngull sem stungið er í miðjuna á kleinuhring kemur hreinn út.
g) Í lítilli skál, þeytið saman flórsykur, mjólk og kakóduft þar til gljáa myndast. Dýfið kældum kleinuhringjum í gljáa og látið þorna á vírgrind.

34. Bakaðar Oreo kleinuhringir

HRÁEFNI:

- 1 bolli alhliða hveiti
- ½ bolli pakkaður ljós púðursykur
- ⅓ bolli ósykrað kakóduft
- ½ tsk salt
- ¾ tsk lyftiduft
- ½ tsk matarsódi
- 1 stórt egg
- ½ bolli hvers konar mjólk
- ¼ bolli brædd kókosolía eða jurtaolía
- 1½ tsk vanilluþykkni
- 6 Oreo kex, muldar í mola
- Rjómaostur

LEIÐBEININGAR:

a) Forhitið ofninn í 350°F.
b) Sprautaðu létt á tveimur 6-talna kleinuhringjapönnum með eldunarúða sem festist ekki. Setja til hliðar.
c) Blandið saman hveiti, púðursykri, kakódufti, salti, lyftidufti og matarsóda í stóra skál. Setja til hliðar.
d) Í meðalstórri skál, þeytið egg, mjólk, kókosolíu og vanilluþykkni þar til það er slétt. Hellið blautu hráefnunum hægt í hveitiblönduna og hrærið þar til það hefur blandast saman. Deigið verður mjög þykkt.
e) Blandið muldum Oreo-kökunum varlega saman við
f) Setjið blönduna með skeið í stóran ziplock poka og skerið oddinn af neðsta horninu.
g) Hrærið blönduna í tilbúnar kleinuhringjapönnur.
h) Bakið í 8-10 mínútur, eða þar til kleinurnar eru orðnar örlítið stífar.
i) Takið úr ofninum og kælið alveg áður en frosti er bætt við.
j) Til að undirbúa frosting, þeytið rjómaostinn og smjörið þar til það er slétt.
k) Bætið við mjólk, vanilluþykkni og flórsykri.
l) Þeytið þar til það er slétt og nær tilætluðum samkvæmni og sætleika.
m) Bætið við meiri mjólk og/eða flórsykri ef þarf.
n) Taktu hvern kleinuhring og dýfðu honum hálfa leið í frostinginn og stráðu síðan muldum Oreo-kökum yfir.

35.Oreo súkkulaði kleinuhringur

HRÁEFNI:
- 2 litlir pakkar Oreo kex með súkkulaðikremi
- 1 stór pakki Oreo kex með hvítu kremi
- 2-3 tsk mjólk
- 100 gr dökkt súkkulaði
- 1 matskeið smjör
- 1 msk heit mjólk til að blanda saman við kexkrem

TIL SKRETTINGAR
- eftir þörfum Litlar sykurkúlur
- eftir þörfum Súkkulaði Vermicelli
- eftir þörfum Stjörnu sykurkúlur

LEIÐBEININGAR:
a) Fyrst af öllu skaltu skilja rjómann af báðum bragðtegundum frá Oreo kexinu. Taktu síðan þessar kex í hrærivélarkrukku og myldu í duft. Færðu það nú yfir í aðra skál.

b) Bætið nú mjólk smátt og smátt út í þetta kexduft og búið til deigið. Gerðu nú hringlaga kúlur úr þessu deigi og þrýstu þeim í kleinuhringjaform og gerðu gat á milli.

c) Bætið nú 1-1 tsk af heitri mjólk út í kexkremið af báðum bragðtegundum og blandið vel saman og bræðið rjómann.

d) Bræðið nú dökka súkkulaðið í tvöföldum katli, bætið smjöri út í og blandið vel saman. Svo, merkið kemur í súkkulaðið. Dýfðu síðan öllum kleinunum í þetta brædda súkkulaði og hjúpaðu þá og settu á diskinn. Smyrjið nú tvo kleinuhringi með hvítu kexikremi, dreifið nú öðrum kleinuhring með súkkulaðikremi af kexi. Skreytið það nú að vild og berið fram.

e) Nú er Instant Oreo súkkulaði kleinuhringurinn okkar tilbúinn til að bera fram.

36.Súkkulaði Cannoli kleinuhringir

HRÁEFNI:
FYRIR DEIGIÐ:
- 1-½ tsk Virkt þurrger
- 1 tsk Sykur
- ¼ bollar heitt vatn
- 2-½ bollar alhliða hveiti
- ½ tsk Salt
- ¼ bollar sykur
- 2 matskeiðar ósaltað smjör, brætt
- 1 heilt stórt egg
- ¾ bollar mjólk, hituð, auk aukalega til að bursta
- ¼ bollar Púðursykur, til að rykhreinsa

FYRIR FYLLINGU:
- 1 bolli Ricotta ostur
- 2 matskeiðar kakóduft
- 3 matskeiðar sykur
- ½ tsk vanilluþykkni

LEIÐBEININGAR:
a) Blandið saman gerinu, 1 tsk sykri og ¼ bolli af volgu vatni í litlum mæliglasi. Setjið það til hliðar þar til það er freyðandi, um 5-8 mínútur.

b) Blandið saman hveiti, salti og ¼ bolli af sykri í stórri blöndunarskál. Hellið gerblöndunni, bræddu smjöri, eggi og mjólk út í og hrærið þar til allt kemur saman og deiglík blanda myndast. Þetta mun taka um 3-5 mínútur. Deigið verður klístrað og líkara þykkt deig en brauðdeig. Það er allt í lagi.

c) Hyljið skálina með röku eldhúsþurrku og látið deigið hefast þar til það tvöfaldast, um 1-1 ½ klukkustund. Klæðið bökunarplötu með sílikonmottu eða smjörpappír; setja til hliðar.

d) Gakktu úr skugga um að vinnuflöturinn sé vel hveitistráður, skafðu svo deigið úr skálinni og láttu það dreifast yfir yfirborðið. Klappaðu deiginu varlega út í stóran ferhyrning um ¾" þykkt. Vertu mjög varkár að höndla ekki deigið of gróft, annars tæmir þú deigið og gerir seigari, minna dúnkennda kleinuhringi. Hveiti kexskera og skerið hringi úr deiginu. Notaðu spaða til að hjálpa þér að flytja hringina yfir á tilbúna bökunarplötu. Dreifið aftur og skerið deigið eftir þörfum svo þið getið notað það upp. Hyljið útskurðinn með eldhúsþurrku og látið standa í að minnsta kosti 30 mínútur og allt að 1 klst.

e) Á þessum tíma skaltu búa til fyllinguna. Blandið öllum innihaldsefnum fyllingarinnar saman í miðlungs skál og hrærið þar til það hefur blandast vel saman. Setjið í kæli þar til það er tilbúið til notkunar.

f) Forhitið ofninn í 375 F. Penslið toppinn á kleinuhringjunum með smá mjólk og bakið þar til þeir eru ljósbrúnir, 12-15 mínútur. Færið pönnuna yfir á vírgrind og látið kólna alveg.

g) Útbúið sprautupoka með löngum hringlaga kökuskreytingarodda. Skerið lítinn skurð í hvern kleinuhring með skurðhníf og ekki hika við að skera aðeins dýpra til að búa til vasa fyrir fyllinguna. Setjið súkkulaði ricotta smurefnið í sprautupokann (eða Ziploc pokann með einu horninu klippt af) og pípið það í kleinuhringina. Dreifið létt með smá púðursykri áður en það er borið fram og njótið!

37.Gljáðar dúnkenndar súkkulaði kleinuhringir

HRÁEFNI:

- 1 ¾ bollar hveiti
- 1 ½ tsk lyftiduft
- ½ tsk salt
- 1 tsk kanill
- 1 tsk graskerskrydd
- 2 matskeiðar kókosolía eða jurtaolía
- ⅓ bolli vanillu grísk jógúrt
- ½ bolli ljós púðursykur
- 1 egg
- 2 tsk Baileys eða vanillu
- ¾ bolli niðursoðið grasker
- ½ bolli vanillu möndlumjólk

BAILEYS GLJÁR

- 2 bollar flórsykur fyrir sælgæti
- 3 bollar af Baileys
- 1 msk vanillu möndlumjólk

LEIÐBEININGAR:

a) Forhitaðu ofninn í 350°F. Sprautaðu kleinuhringjapönnuna með non-stick úða og settu til hliðar.

b) Þeytið hveiti, lyftiduft, salt og krydd saman í skál og setjið til hliðar.

c) Hrærið saman olíu, grískri jógúrt, púðursykri, eggi, vanillu, graskeri og möndlumjólk í stóra skál þar til blandast saman. Bætið þurrefnunum rólega út í blönduna og hrærið þar til það hefur blandast saman, passið að blandast ekki of mikið, annars verða kleinurnar seig og seig.

d) Notaðu sætabrauðspoka eða plastpoka með hornið skorið af, settu deigið í hvern kleinuhringibolla, um það bil ⅔ fulla, en ekki yfirfulla.

e) Bakið í 11 - 13 mínútur, þar til kleinur springa aftur þegar þeim er þrýst varlega á þær. Snúið kleinuhringjunum út á grind og látið kólna alveg.

f) Gerðu Baileys-gljáann á meðan kleinurnar eru að kólna.

BAILEYS GLJÁR

g) Blandið öllu hráefninu saman í litla skál og þeytið þar til mjúkt.

h) Þegar kleinuhringirnir eru orðnir alveg kaldir skaltu dýfa efsta hluta hvers kleinuhringja í gljáann og setja aftur á vírgrind.

38.Red Velvet Bakaðir kleinuhringir

HRÁEFNI:
- 2 ¼ bollar hveiti
- 1 matskeið lyftiduft
- ½ tsk salt
- ⅔ bolli sykur
- 1 egg
- 2 matskeiðar jurtaolía
- 2 matskeiðar kakóduft
- 1 tsk vanillu
- ½ bolli léttmjólk
- Rautt mjúkt gelpasta
- Gljáa

LEIÐBEININGAR:
a) Hitið ofninn í 350 gráður.
b) Spreyið kleinuhringapönnu með eldunarúða og setjið til hliðar.
c) Blandið saman hveiti, lyftidufti og salti í meðalstórri skál.
d) Blandið vel saman og setjið til hliðar.
e) Blandið saman sykri, eggi og jurtaolíu í stóra skál.
f) Bætið kakódufti og vanillu út í og blandið vel saman.
g) Hrærið mjólkinni hægt saman við þar til hún hefur blandast vel saman.
h) Bætið þurrefnunum út í, um hálfan bolla í einu, hrærið vel eftir hverja viðbót.
i) Bætið nokkrum dropum af rauðum matarlit út í og blandið þar til deigið hefur fengið þann lit sem óskað er eftir.
j) Setjið deigið í poka með rennilás og innsiglið.
k) Skerið endann af og pípið inn í kleinuhringjapönnuna, fyllið hvern kleinuhringibolla ⅔ fullan.
l) Bakið í 12-15 mínútur og passið að kleinurnar brúnist ekki.
m) Dýfið toppunum af kleinuhringjunum í gljáann og stráið hjörtum eða strái yfir.

39.Kakó & Moringa kleinuhringir

HRÁEFNI:
FYRIR kleinuhringina:
- 1 tsk Moringa duft
- 1 tsk Super-kakóduft
- ½ bolli bókhveiti
- ¾ bolli malaðar möndlur
- ¼ tsk matarsódi
- Klípa af bleiku salti
- ¼ bolli kókossykur
- 1 egg, þeytt
- ½ stór banani, stappaður
- 1 matskeið hlynsíróp
- skvetta af ósykri möndlumjólk
- 1 msk kókosolía til að smyrja

FYRIR KRUN:
- 2 tsk Moringa-duft, fyrir moringa-kremið
- 2 tsk Super-Cacao Powder, fyrir kakókremið
- 4 matskeiðar kókossmjör, brætt að hluta
- 2 matskeiðar hrátt hunang eða hlynsíróp

FYRIR ÁFÆR:
- kakó nibs
- saxaðar heslihnetur
- æt rósablöð

LEIÐBEININGAR:

a) Forhitið ofninn í 180C.

b) Til að búa til kleinuhringina skaltu bæta bókhveiti hveiti, möluðum möndlum, matarsóda, bleiku salti og kókossykri í stóra skál.

c) Blandið saman eggi, maukuðum banana, hlynsírópi og möndlumjólk í sérstakri skál og blandið blautu hráefnunum varlega saman við þurrefnin þar til það hefur blandast að fullu saman. Skiptið blöndunni í tvær skálar og hrærið moringaduftinu í aðra og kakóduftinu í hina.

d) Smyrjið kleinuhringjapönnu varlega með kókosolíu og hellið báðum kleinuhringjunum í formin.

e) Bakið í ofni í 12-15 mínútur og látið kólna á kæligrind áður en það er glasað.

f) Til að búa til bæði kakó- og moringakremið skaltu sameina að hluta bræddu kókossmjörinu og hunanginu. Skiptið blöndunni í tvær

skálar og hrærið moringaduftinu í aðra og kakóduftinu í hina. Ef óskað er eftir meira rennandi þykkt, bætið þá skvettu af sjóðandi vatni eða bræddu kókossmjöri út í og blandið vel saman.
g) Dýfið kleinuhringjunum í kremið þar til þeir eru fullhúðaðir og toppið með söxuðum heslihnetum, ætum rósablöðum eða kakóhnetum.

BLÓMA kleinuhringir

40.Butterfly Pea Gljáður kleinuhringir

HRÁEFNI:
KLEINUHRINGUR:
- 1 maukaður banani
- 1 bolli ósykrað eplamósa
- 1 egg eða 1 msk chiafræ blandað með vatni
- 50 g brædd kókosolía
- 4 matskeiðar hunang eða agave nektarsíróp
- 1 matskeið vanillu
- 1 tsk kanill
- 150 g bókhveiti
- 1 tsk lyftiduft

Fiðrildabaunagljáa:
- ½ bolli kasjúhnetur, lagðar í bleyti í 4 klst
- 1 bolli möndlumjólk
- 40 fiðrildabautablóm
- 1 msk agave nektarsíróp
- 1 matskeið vanillu essens

LEIÐBEININGAR:
TIL AÐ GERA kleinuhringina:
a) Blandið öllum þurrefnunum saman við.
b) Blandið öllum blautu hráefnunum saman við.
c) Bætið blautu út í þurrt og færið svo yfir í kleinuhringjaformin.
d) Bakið við 160 gráður í 15 mínútur.

TIL AÐ GERÐA GLJARINN:
e) Hrærið kasjúhneturnar saman í matvinnsluvél þar til þær eru sléttar.
f) Hitið möndlumjólkina í potti og bætið teinu út í. Látið malla við vægan hita í 10 mínútur.
g) Bætið bláu möndlumjólkinni út í blönduðu kasjúhneturnar, bætið agavenektarnum og vanilludropum út í og blandið aftur þar til blandast saman.
h) Geymið í kæli þar til kleinurnar eru soðnar og kólnar.
i) Skreyttu kleinurnar með gljáanum og aukablómum!
j) Þessir kleinuhringir eru vegan og án glúten- og hreinsaðs sykurs – svo í rauninni er engin þörf á að halda aftur af sér: farðu á undan og borðaðu þá alla!

41. Lavender hunang kleinuhringir

HRÁEFNI:
- 1 ½ bolli alhliða hveiti
- ½ bolli kornsykur
- 2 tsk lyftiduft
- ¼ teskeið salt
- ¼ bolli jurtaolía
- ½ bolli mjólk
- 2 stór egg
- 1 tsk þurrkuð lavenderblóm
- 2 matskeiðar hunang

LEIÐBEININGAR:

a) Forhitaðu ofninn þinn í 350°F (180°C) og smyrjið kleinuhringjapönnu með eldunarúða.
b) Hrærið saman hveiti, sykri, lyftidufti og salti í stórri skál.
c) Í annarri skál, þeytið saman olíu, mjólk, egg, lavender og hunang.
d) Hellið blautu hráefnunum í þurrefnin og blandið þar til það hefur blandast saman.
e) Setjið deigið með skeið í tilbúna kleinuhringjapönnu, fyllið hvert mót um það bil ¾ af leiðinni fullt.
f) Bakið í 12-15 mínútur eða þar til tannstöngull sem stungið er í miðjuna á kleinuhring kemur hreinn út.
g) Látið kleinuhringina kólna á pönnunni í nokkrar mínútur áður en þær eru færðar yfir á vírgrind til að kólna alveg.

42.Rosewater kleinuhringir

HRÁEFNI:

- 1 ½ bolli alhliða hveiti
- ½ bolli kornsykur
- 2 tsk lyftiduft
- ¼ teskeið salt
- ¼ bolli jurtaolía
- ½ bolli mjólk
- 2 stór egg
- 1 tsk rósavatn
- 1 dropi bleikur matarlitur (valfrjálst)

LEIÐBEININGAR:

a) Forhitaðu ofninn þinn í 350°F (180°C) og smyrjið kleinuhringjapönnu með eldunarúða.
b) Hrærið saman hveiti, sykri, lyftidufti og salti í stórri skál.
c) Í annarri skál, þeytið saman olíu, mjólk, egg, rósavatn og matarlit (ef það er notað).
d) Hellið blautu hráefnunum í þurrefnin og blandið þar til það hefur blandast saman.
e) Setjið deigið með skeið í tilbúna kleinuhringjapönnu, fyllið hvert mót um það bil ¾ af leiðinni fullt.
f) Bakið í 12-15 mínútur eða þar til tannstöngull sem stungið er í miðjuna á kleinuhring kemur hreinn út.
g) Látið kleinuhringina kólna á pönnunni í nokkrar mínútur áður en þær eru færðar yfir á vírgrind til að kólna alveg.

43.Elderflower kleinuhringir

HRÁEFNI:

- 1 ½ bolli alhliða hveiti
- ½ bolli kornsykur
- 2 tsk lyftiduft
- ¼ teskeið salt
- ¼ bolli jurtaolía
- ½ bolli mjólk
- 2 stór egg
- 1 tsk elderflower extract
- 1 matskeið þurrkuð yllablóm (valfrjálst)

LEIÐBEININGAR:

a) Forhitaðu ofninn þinn í 350°F (180°C) og smyrjið kleinuhringjapönnu með eldunarúða.
b) Hrærið saman hveiti, sykri, lyftidufti og salti í stórri skál.
c) Í annarri skál, þeytið saman olíu, mjólk, egg, yllablómaþykkni og þurrkuð yllablóm (ef það er notað).
d) Hellið blautu hráefnunum í þurrefnin og blandið þar til það hefur blandast saman.
e) Setjið deigið með skeið í tilbúna kleinuhringjapönnu, fyllið hvert mót um það bil ¾ af leiðinni fullt.
f) Bakið í 12-15 mínútur eða þar til tannstöngull sem stungið er í miðjuna á kleinuhring kemur hreinn út.
g) Látið kleinuhringina kólna á pönnunni í nokkrar mínútur áður en þær eru færðar yfir á vírgrind til að kólna alveg.

44.Kamille sítrónu kleinuhringir

HRÁEFNI:
- 1 ½ bolli alhliða hveiti
- ½ bolli kornsykur
- 2 tsk lyftiduft
- ¼ teskeið salt
- ¼ bolli jurtaolía
- ½ bolli mjólk
- 2 stór egg
- 1 tsk þurrkuð kamilleblóm
- Börkur af 1 sítrónu
- Safi úr ½ sítrónu

LEIÐBEININGAR:

a)   Forhitaðu ofninn þinn í 350°F (180°C) og smyrjið kleinuhringjapönnu með eldunarúða.
b)   Hrærið saman hveiti, sykri, lyftidufti og salti í stórri skál.
c)   Þeytið saman olíu, mjólk, egg, kamille, sítrónubörk og sítrónusafa í annarri skál.
d)   Hellið blautu hráefnunum í þurrefnin og blandið þar til það hefur blandast saman.
e)   Setjið deigið með skeið í tilbúna kleinuhringjapönnu, fyllið hvert mót um það bil ¾ af leiðinni fullt.
f)   Bakið í 12-15 mínútur eða þar til tannstöngull sem stungið er í miðjuna á kleinuhring kemur hreinn út.
g)   Látið kleinuhringina kólna á pönnunni í nokkrar mínútur áður en þær eru færðar yfir á vírgrind til að kólna alveg.

45.Orange Blossom kleinuhringir

HRÁEFNI:
- 2 bollar alhliða hveiti
- 1/2 bolli kornsykur
- 2 tsk lyftiduft
- 1/2 tsk salt
- Börkur af 1 appelsínu
- 1/2 bolli ósaltað smjör, brætt
- 1 bolli mjólk
- 2 stór egg
- 1 tsk vanilluþykkni
- 1 tsk appelsínublómavatn

FYRIR GLÍAN:
- 1 bolli flórsykur
- 2-3 matskeiðar appelsínusafi
- Ætanleg appelsínublóm til skrauts

LEIÐBEININGAR:

a) Forhitaðu ofninn þinn í 350°F (175°C) og smyrjið kleinuhringjapönnu.

b) Hrærið saman hveiti, sykri, lyftidufti, salti og appelsínubörk í blöndunarskál.

c) Hrærið saman bræddu smjöri, mjólk, eggjum, vanilluþykkni og appelsínublómavatni í sérstakri skál.

d) Bætið blautu hráefnunum við þurrefnin og hrærið þar til það hefur blandast saman.

e) Setjið deigið með skeið í tilbúna kleinuhringjapönnu og fyllið hvert hol um það bil 2/3 fullt.

f) Bakið í 12-15 mínútur eða þar til tannstöngull sem stungið er í kleinurnar kemur hreinn út.

g) Leyfðu kleinunum að kólna á pönnunni í nokkrar mínútur og færðu þá yfir á vírgrind.

h) Í lítilli skál, þeytið saman flórsykur og appelsínusafa til að búa til gljáa. Bætið við meiri appelsínusafa ef þörf krefur til að ná þykkni.

i) Dýfðu hverjum kleinuhring í gljáann og leyfðu umframmagninu að leka af. Skreytið með ætum appelsínublómum.

46.Fjólublá vanillu kleinuhringir

HRÁEFNI:

- 2 bollar alhliða hveiti
- 1/2 bolli kornsykur
- 2 tsk lyftiduft
- 1/2 tsk salt
- 1 msk þurrkuð fjólublá blöð, fínmulin
- 1/2 bolli ósaltað smjör, brætt
- 1 bolli mjólk
- 2 stór egg
- 1 tsk vanilluþykkni
- 1/2 tsk fjólublátt þykkni (valfrjálst)

FYRIR GLÍAN:

- 1 bolli flórsykur
- 2-3 matskeiðar mjólk
- 1/2 tsk vanilluþykkni
- Fjólublár matarlitur (valfrjálst)
- Þurrkuð fjólublá blöð til skrauts

LEIÐBEININGAR:

a) Forhitaðu ofninn þinn í 350°F (175°C) og smyrjið kleinuhringjapönnu.

b) Hrærið saman hveiti, sykri, lyftidufti, salti og möluðum fjólubláum blöðum í blöndunarskál.

c) Í sérstakri skál, þeytið bræddu smjöri, mjólk, eggjum, vanilluþykkni og fjólubláu þykkni saman (ef það er notað).

d) Bætið blautu hráefnunum við þurrefnin og hrærið þar til það hefur blandast saman.

e) Setjið deigið með skeið í tilbúna kleinuhringjapönnu og fyllið hvert hol um það bil 2/3 fullt.

f) Bakið í 12-15 mínútur eða þar til tannstöngull sem stungið er í kleinurnar kemur hreinn út.

g) Leyfðu kleinunum að kólna á pönnunni í nokkrar mínútur og færðu þá yfir á vírgrind.

h) Hrærið saman flórsykri, mjólk, vanilluþykkni og fjólubláum matarlit (ef hann er notaður) í lítilli skál til að búa til gljáa. Bætið við meiri mjólk ef þörf krefur til að ná þéttleika.

i) Dýfðu hverjum kleinuhring í gljáann og leyfðu umframmagninu að leka af. Stráið þurrkuðum fjólubláum blöðum ofan á sem skraut.

47.Elderflower Gljáður kleinuhringir

HRÁEFNI:
- 2 bollar alhliða hveiti
- 1/2 bolli kornsykur
- 2 tsk lyftiduft
- 1/2 tsk salt
- Börkur af 1 sítrónu
- 1/2 bolli ósaltað smjör, brætt
- 1 bolli mjólk
- 2 stór egg
- 1 tsk vanilluþykkni
- 2 matskeiðar ylliblómablóm

FYRIR GLÍAN:
- 1 bolli flórsykur
- 2-3 matskeiðar mjólk
- 1 msk elderflower cordial
- Ætanleg blóm til skrauts

LEIÐBEININGAR:
a) Forhitaðu ofninn þinn í 350°F (175°C) og smyrjið kleinuhringjapönnu.

b) Hrærið saman hveiti, sykri, lyftidufti, salti og sítrónubörk í blöndunarskál.

c) Í sérstakri skál, þeytið saman bræddu smjöri, mjólk, eggjum, vanilluþykkni og elderflower cordial.

d) Bætið blautu hráefnunum við þurrefnin og hrærið þar til það hefur blandast saman.

e) Setjið deigið með skeið í tilbúna kleinuhringjapönnu og fyllið hvert hol um það bil 2/3 fullt.

f) Bakið í 12-15 mínútur eða þar til tannstöngull sem stungið er í kleinurnar kemur hreinn út.

g) Leyfðu kleinunum að kólna á pönnunni í nokkrar mínútur og færðu þá yfir á vírgrind.

h) Í lítilli skál, þeytið saman flórsykur, mjólk og yllinum til að búa til gljáa. Bætið við meiri mjólk ef þörf krefur til að ná þéttleika.

i) Dýfðu hverjum kleinuhring í gljáann og leyfðu umframmagninu að leka af. Skreytið með ætum blómum.

48. Kamille hunang kleinuhringir

HRÁEFNI:
- 2 bollar alhliða hveiti
- 1/2 bolli kornsykur
- 2 tsk lyftiduft
- 1/2 tsk salt
- 2 matskeiðar þurrkuð kamilleblóm, fínmöluð
- 1/2 bolli ósaltað smjör, brætt
- 1 bolli mjólk
- 2 stór egg
- 1 tsk vanilluþykkni
- 1/4 bolli hunang

FYRIR GLÍAN:
- 1 bolli flórsykur
- 2-3 matskeiðar mjólk
- 1 matskeið hunang
- Þurrkuð kamilleblóm til skrauts

LEIÐBEININGAR:
a) Forhitaðu ofninn þinn í 350°F (175°C) og smyrjið kleinuhringjapönnu.

b) Hrærið saman hveiti, sykri, lyftidufti, salti og möluðum kamilliblómum í blöndunarskál.

c) Þeytið bræddu smjöri, mjólk, eggjum, vanilluþykkni og hunangi saman í sérskál.

d) Bætið blautu hráefnunum við þurrefnin og hrærið þar til það hefur blandast saman.

e) Setjið deigið með skeið í tilbúna kleinuhringjapönnu og fyllið hvert hol um það bil 2/3 fullt.

f) Bakið í 12-15 mínútur eða þar til tannstöngull sem stungið er í kleinurnar kemur hreinn út.

g) Leyfðu kleinunum að kólna á pönnunni í nokkrar mínútur og færðu þá yfir á vírgrind.

h) Í lítilli skál, þeytið saman flórsykur, mjólk og hunang til að búa til gljáa. Bætið við meiri mjólk ef þörf krefur til að ná þéttleika.

i) Dýfðu hverjum kleinuhring í gljáann og leyfðu umframmagninu að leka af. Stráið þurrkuðum kamillublómum ofan á sem skraut.

ÁVÆNDA kleinuhringir

49.Kirsuberja og súkkulaði kleinur

þurr hráefni
- ¾ bolli möndlumjöl
- ¼ bolli gyllt hörfræmjöl
- 1 tsk lyftiduft
- Klípa Salt
- 10 g stangir dökkt súkkulaði, skorið í bita

blautt hráefni
- 2 stór egg
- 1 tsk vanilluþykkni
- 2 ½ matskeiðar Kókosolía
- 3 matskeiðar Kókosmjólk

LEIÐBEININGAR:

a) Blandið þurrefnunum saman í stóra blöndunarskál (nema dökka súkkulaðið).

b) Blandið blautu hráefnunum saman við og blandið svo dökku súkkulaðibitunum saman við.

c) Settu kleinuhringjavélina í samband og smyrðu hann ef þörf krefur.

d) Hellið deiginu í kleinuhringjavélina, lokaðu og eldaðu í um 4-5 mínútur.

e) Lækkið hitann í lágan og eldið í 2-3 mínútur í viðbót.

f) Endurtakið það sem eftir er af deiginu og berið svo fram.

50.Ananas Baileys kleinuhringir

HRÁEFNI:
- 1-½ bollar alhliða hveiti
- ¼ bolli sykur
- 1 tsk lyftiduft
- ½ tsk salt
- ¼ tsk matarsódi
- ⅓ bolli kalt smjör
- 1 stórt egg, stofuhita
- ¾ bolli sýrður rjómi
- 3 matskeiðar Baileys líkjör

ÁFLAG:
- 1-½ bollar ferskur ananas, skorinn í ½ tommu bita
- 3 matskeiðar sykur, skipt
- 1 til 2 matskeiðar Baileys líkjör
- 1 tsk rifinn lime börkur
- ½ bolli þungur þeyttur rjómi
- 1 meðalstór lime, þunnt sneið, valfrjálst

LEIÐBEININGAR:
a) Forhitaðu ofninn í 350°F. Sprautaðu kleinuhringjapönnuna með non-stick úða og settu til hliðar.
b) Þeytið hveiti, lyftiduft, salt og krydd saman í skál og setjið til hliðar.
c) Hrærið saman olíu, grískri jógúrt, púðursykri, eggi, vanillu, graskeri og möndlumjólk í stóra skál þar til blandast saman.
d) Bætið þurrefnunum rólega út í blönduna og hrærið þar til það hefur blandast saman, passið að blandast ekki of mikið, annars verða kleinurnar seig og seig.
e) Notaðu sætabrauðspoka eða plastpoka með hornið skorið af, settu deigið í hvern kleinuhringibolla, um það bil ⅔ fulla, en ekki yfirfulla.
f) Bakið í 11 - 13 mínútur, þar til kleinur springa aftur þegar þeim er þrýst varlega á þær.
g) Snúið kleinuhringjunum út á grind og látið kólna alveg.
h) Gerðu Baileys-gljáann á meðan kleinurnar eru að kólna.

BAILEYS GLJÁR
i) Blandið öllu hráefninu saman í litla skál og þeytið þar til mjúkt.
j) Þegar kleinuhringirnir eru orðnir alveg kaldir skaltu dýfa efsta hluta hvers kleinuhringja í gljáann og setja aftur á vírgrind.

51.Yuzu-Curd kleinuhringir

HRÁEFNI:

kleinuhringir:
- ½ bolli mjólk
- ¼ bolli heitt vatn
- 2 ½ tsk virkt þurrger
- 3 ½ bollar + 2 msk Semolina hveiti
- 1 ½ bolli sykur
- 1 ½ tsk salt
- 3 egg
- 8 matskeiðar smjör, mildað
- Steikingarolía

YUZU CURD:
- 6 eggjarauður
- 1 bolli sykur
- ½ bolli yuzu safi
- 1 stafur smjör, skorið í bita

YUZU SYKUR:
- ½ bolli sykur
- rifinn börkur af 4 yuzu eða 2 lime eða sítrónum

LEIÐBEININGAR:

kleinuhringir:

a) Blandið gerinu, mjólkinni og volgu vatni saman í hrærivélaskálina og látið standa í nokkrar mínútur.

b) Bætið hveiti, sykri, salti og eggjum saman við og hrærið á meðalhraða með deigkróknum þar til deigið hefur sameinast, um það bil 5 mínútur.

c) Bætið smjörinu út í, matskeið í einu, og haltu áfram að blanda í 5 mínútur í viðbót þar til deigið er slétt og glansandi. Vefjið deigið inn og geymið í kæli yfir nótt.

d) Fletjið deigið út í um það bil ½ tommu þykkt. Notaðu 3-tommu kringlóttan kökuskera til að skera 12 til 14 umferðir. Raðið þeim á hveitistráða ofnplötu, setjið plastfilmu yfir og látið standa á hlýjum stað í 2 ½ – 3 klukkustundir.

e) Hitið olíuna í 350'F. Steikið kleinuhringjurnar í heitri olíu í um það bil 2 til 3 mínútur á hvorri hlið. Færið kleinuhringjurnar yfir á bökunarplötu klædda með pappírshandklæði. Bíddu í 2 eða 3 mínútur til að rúlla í yuzu sykri. Flott.

f) Grafið holu með því að nota matpinna á hliðinni á hverjum kleinuhring og pípið smá yuzu osta inn í. Betra að borða samdægurs.

YUZU CURD:

a) Bætið um 1 bolla af vatni í meðalstóran pott. Látið suðuna koma upp. Þeytið eggjarauður og sykur í meðalstórri málmskál, um 1 mínútu. Bætið safa í eggjablönduna og þeytið þar til það er slétt.

b) Setjið skál ofan á pottinn. Þeytið þar til það þykknar, um það bil 8 mínútur, eða þar til blandan er ljósgul og hjúpar bakhlið skeiðar.

c) Takið af hitanum og hrærið smjörið aðeins í einu. Takið af hitanum og hyljið með því að leggja lag af plastfilmu beint á yfirborð ostsins. Geymið í kæli.

YUZU SYKUR:

d) Nuddið sykurinn með sítrusberkinum með fingurgómunum þar til hann er ilmandi.

52.Sítrónu kleinuhringir með pistasíuhnetum

HRÁEFNI:
FYRIR kleinuhringina:
- Nonstick eldunarsprey
- ½ bolli kornsykur
- Rifinn börkur og safi úr 1 sítrónu
- 1 ½ bolli alhliða hveiti
- ¾ tsk lyftiduft
- ¼ tsk matarsódi
- ¼ teskeið salt
- ⅓ bolli súrmjólk
- ⅓ bolli nýmjólk
- 6 msk. ósaltað smjör, við stofuhita
- 1 egg
- 2 tsk vanilluþykkni

FYRIR GLÍAN
- ½ bolli grísk jógúrt eða önnur nýmjólkurjógúrt
- Rifinn börkur af 1 sítrónu
- ¼ teskeið salt
- 1 bolli sælgætissykur
- ½ bolli ristaðar pistasíuhnetur, saxaðar

LEIÐBEININGAR:

a) Til að búa til kleinuhringina skaltu forhita ofn í 375°F.
b) Húðaðu brunna á kleinuhringapönnu með eldunarúða.
c) Blandið saman kornsykri og sítrónuberki í lítilli skál. Notaðu fingurgómana til að nudda börkinn í sykurinn. Í annarri skál, þeytið saman hveiti, lyftiduft, matarsóda og salt. Hrærið súrmjólkinni, nýmjólkinni og sítrónusafanum saman í mælibolla.
d) Þeytið saman sykurblönduna og smjörið á meðalhraða í skálinni á hrærivélinni sem er með spaðafestingunni þar til létt og loftkennt, um það bil 2 mínútur. Skafið niður hliðarnar á skálinni. Bætið egginu og vanillu saman við og þeytið á miðlungshraða þar til blandast saman, um 1 mínútu.
e) Á lágum hraða er hveitiblöndunni bætt út í í 3 viðbótum, til skiptis við mjólkurblönduna og byrjað og endað á hveitinu. Þeytið hverja viðbót þar til hún er bara blandað saman.
f) Hellið 2 msk. deig í hvern vel undirbúinn. Bakið, snúið pönnunni 180 gráður í hálfa bakstur þar til tannstöngull sem stungið er í kleinuhringina kemur hreinn út, um það bil 10 mínútur. Látið kólna á pönnunni á kæligrindi í 5 mínútur, hvolfið síðan kleinuhringjunum á grindina og látið kólna alveg. Á meðan, þvoið og þurrkið pönnuna og endurtakið til að baka afganginn af deiginu.
g) Til að búa til gljáann skaltu hræra saman jógúrt, sítrónuberki og salti í skál.
h) Bætið sykri út í og hrærið þar til slétt og vel blandað saman.
i) Dýfðu kleinuhringjunum, með ofanhliðina niður, í gljáann, stráið pistasíuhnetunum yfir og berið fram.

53. Ástríðuolíuhringir

HRÁEFNI:
FYRIR PASSIONFruit CURD
- ½ bolli kornsykur
- 3 stórar eggjarauður
- ¼ bolli ástríðumauki
- 2 matskeiðar nýkreistur sítrónusafi
- ½ bolli kalt ósaltað smjör, skorið í 1 tommu teninga

FYRIR kleinuhringina
- ¾ bolli (6 vökva aura) nýmjólk
- 2 stór egg
- 2 stórar eggjarauður
- 3 ½ bollar alhliða hveiti
- 1¼ bollar kornsykur, skipt
- 2 ¼ tsk instant ger
- 1 tsk kosher salt
- 6 matskeiðar ósaltað smjör, skorið í teninga
- jurtaolía, til steikingar

LEIÐBEININGAR:
FYRIR PASSIONFruit CURD

a) Í meðalþungum botna potti, þeytið saman ½ bolla af strásykri og 3 stórum eggjarauður þar til það hefur blandast vel saman og þú hefur einsleita fölgula blöndu. Þeytið ¼ bolla ástríðuávöxtum og 2 msk ferskum sítrónusafa út í þar til blandan þynnist og setjið pottinn yfir meðalhita. Eldið, hrærið stöðugt í með tréskeið (og vertu viss um að nota hitaþolinn gúmmíspaða til að skafa hliðarnar á pönnunni), þar til blandan er nógu þykk til að hjúpa bakhlið skeiðar, 8 til 10 mínútur, og mælist 160 (F) á skyndilesandi hitamæli.

b) Þegar blandan hefur náð 160 (F), takið þá af hitanum og þeytið ½ bolla af ósaltuðu smjöri í teninga, nokkra teninga í einu, aðeins bætt við þegar fyrri teningarnir eru að fullu felldir inn. Þegar öllu smjörinu hefur verið bætt út í skaltu nota fínmöskju sigti til að sía ostinn í litla glerskál. Hyljið með plastfilmu, þrýstið plastinu beint á yfirborð ostsins til að koma í veg fyrir að húð myndist. Geymið í kæli þar til það er kælt og stíft, að minnsta kosti 2 til 3 klukkustundir (en helst yfir nótt). Osturinn geymist í lokuðum glerkrukku í kæli í allt að 2 vikur.

Fyrir kleinuhringina

c)   Til að undirbúa deigið skaltu koma ¾ bolli nýmjólk að suðu við meðalhita í litlum potti. Fylgstu vel með því að mjólkin sjóði ekki upp úr. Hellið mjólkinni í vökvamælisglas og látið kólna í milli 105 (F) og 110 (F). Þegar mjólkin hefur kólnað, bætið 2 stórum eggjum og 2 stórum eggjarauðum út í mjólkina og þeytið varlega til að blandast saman.

d)   Í skál frístandandi hrærivélar með róðrafestingu, blandaðu saman 3 ½ bolli alhliða hveiti, ¼ bolli af kornuðum sykri, 2 ¼ tsk skyndigeri og einni tsk kosher salti. Bætið mjólkurblöndunni saman við og blandið aðeins þar til blandast saman.

e)   Skiptið yfir í deigkrókinn og hnoðið deigið á lágum hraða, um 3 mínútur. Deigið mun líta klístrað út en það er allt í lagi. Bætið við 6 msk ósaltuðu smjöri, einum teningi eða tveimur í einu. Ef smjörið er ekki að blandast saman skaltu taka skálina úr hrærivélinni og hnoða smjörið inn með höndunum í eina mínútu til að byrja. Haltu bara áfram að bæta við og hnoða þar til það hefur blandast vel saman.

f)   Þegar smjörið hefur verið blandað saman skaltu auka hraða hrærivélarinnar í miðlungs og hnoða deigið í nokkrar mínútur í viðbót þar til deigið er slétt og teygjanlegt. Setjið deigið yfir í létt smurða meðalstóra skál, setjið plastfilmu yfir og kælið í að minnsta kosti þrjár klukkustundir, en helst yfir nótt.

g)   Þegar deigið hefur kólnað skaltu klæða tvær bökunarplötur með bökunarpappír. Sprayið smjörpappírinn ríkulega með matreiðsluúða.

h)   Helltu köldu deiginu á létt hveitistráða vinnuflöt og rúllaðu því í grófan níu sinnum 13 tommu rétthyrning um það bil ½ tommu þykkt. Notaðu 3 ½ tommu kökuskökku til að skera út 12 deighringi og settu þær á tilbúnar blöð. Stráið léttum hveiti yfir hverja deighring og hyljið þá létt með plastfilmu. Setjið á heitum stað til að þeyta þar til deigið er stíft og springur hægt til baka þegar þrýst er varlega á það, um eina klukkustund.

i)   Þegar þú ert tilbúinn að steikja kleinuhringina skaltu setja pappírshandklæði á vírgrind. Setjið 1 bolla kornsykur í miðlungs skál. Bætið jurtaolíu í miðlungs, þungbotna pott þar til þú hefur um það bil tvær tommur af olíu. Festu sælgætishitamæli við hliðina á pottinum og hitaðu olíuna í 375 (F). Bætið 1 til 2 kleinuhringjum varlega út í olíuna og steikið þá þar til þeir eru gullinbrúnir, um það bil 1 til 2 mínútur á hlið. Notaðu göt til að veiða kleinuhringina upp úr olíunni og færðu þá yfir á tilbúna vírgrind. Eftir um það bil 1 eða 2 mínútur, þegar kleinuhringurinn er orðinn nógu kaldur til að hægt sé að meðhöndla hann, skaltu henda þeim í skálina með strásykri þar til hann er húðaður. Endurtaktu með afganginum af deiginu.

AÐ FYLLA

j) Til að fylla kleinuhringina skaltu nota Bismarck sætabrauðsoddinn (eða handfangið á tréskeiðar) til að stinga gat í aðra hliðina á hvorum og passa að pota ekki í gegn á hina hliðina.

k) Fylltu sætabrauðspoka með litlum hringlaga þjórfé (eða Bismarck kleinuhringjaodd, ef þú vilt) með ástríðuostinum. Settu oddinn á sætabrauðspokanum í gatið og kreistu varlega til að fylla hvern kleinuhring.

l) Berið fram allt ofgnótt af osti til hliðar sem ídýfasósu (það virkar líka vel með vöfflum!). Kleinuhringirnir eru bestir daginn sem þeir eru búnir til.

54.Bláberjakaka kleinuhringir

HRÁEFNI:

- 1 bolli alhliða hveiti
- ½ bolli kornsykur
- 1 ½ tsk lyftiduft
- ½ tsk salt
- ½ tsk malaður kanill
- ¼ tsk malaður múskat
- ⅓ bolli súrmjólk
- ¼ bolli jurtaolía
- 1 stórt egg
- ½ tsk vanilluþykkni
- ½ bolli fersk bláber

LEIÐBEININGAR:

a) Forhitið ofninn í 350°F (175°C). Smyrjið kleinuhringjapönnu með eldunarúða sem festist ekki og setjið til hliðar.
b) Hrærið saman hveiti, sykri, lyftidufti, salti, kanil og múskat í stórri blöndunarskál þar til það hefur blandast vel saman.
c) Í sérstakri blöndunarskál, þeytið saman súrmjólk, jurtaolíu, egg og vanilluþykkni þar til það hefur blandast vel saman.
d) Hellið blautu hráefnunum í þurrefnin og blandið þar til það hefur blandast saman.
e) Blandið bláberjunum varlega saman við þar til deigið er jafnt dreift.
f) Flyttu deigið í sprautupoka og settu í tilbúna kleinuhringapönnuna, fylltu hvert hol um ⅔ fullt.
g) Bakið í 12-15 mínútur eða þar til tannstöngull sem stungið er í miðjuna á kleinuhring kemur hreinn út.
h) Takið pönnuna úr ofninum og leyfið kleinunum að kólna á pönnunni í 5 mínútur áður en þær eru settar yfir á vírgrind til að kólna alveg.
i) Valfrjálst: Þú getur líka dýft kældu kleinunum í einfaldan gljáa úr flórsykri og mjólk til að auka sætleikann.
j) Berið fram og njótið dýrindis bláberjaköku kleinuhringanna!

SÆÐA kleinuhringir

55.Sítrónuvalmúfræ kleinuhringir

HRÁEFNI:
- 1 bolli alhliða hveiti
- ⅓ bolli kornsykur
- 1 matskeið valmúafræ
- 1 tsk lyftiduft
- ¼ tsk matarsódi
- ¼ teskeið salt
- ½ bolli súrmjólk
- 1 stórt egg
- 2 matskeiðar ósaltað smjör, brætt og kælt
- 1 matskeið ferskur sítrónusafi
- 1 tsk sítrónubörkur
- ½ tsk vanilluþykkni

Fyrir gljáann:
- ½ bolli flórsykur
- 1 matskeið ferskur sítrónusafi
- 1 tsk sítrónubörkur

LEIÐBEININGAR:
a) Forhitaðu ofninn þinn í 350°F (180°C). Smyrjið kleinuhringjapönnu með eldunarúða og setjið til hliðar.
b) Í stórri skál, þeytið saman hveiti, sykur, valmúafræ, lyftiduft, matarsóda og salt.
c) Hrærið saman súrmjólk, eggi, bræddu smjöri, sítrónusafa, sítrónubörk og vanilluþykkni í sérstakri skál þar til það er slétt.
d) Hellið blautu hráefnunum í þurrefnin og hrærið þar til það hefur blandast saman.
e) Hellið deiginu með skeið í tilbúna kleinuhringjapönnu og fyllið hvert mót um það bil ⅔ fullt.
f) Bakið í 12-14 mínútur, eða þar til tannstöngull sem stungið er í miðju kleinuhringsins kemur hreinn út.
g) Látið kleinuhringina kólna á pönnunni í nokkrar mínútur áður en þær eru færðar yfir á vírgrind til að kólna alveg.
h) Til að búa til gljáann, þeytið flórsykurinn, sítrónusafann og sítrónubörkinn saman í lítilli skál þar til það er slétt.
i) Dýfðu toppnum á hverjum kældum kleinuhring í gljáann og settu þá aftur á vírgrind til að stífna.

56.Heilhveiti graskersfræ kleinuhringir

HRÁEFNI:
- 1 bolli heilhveiti
- ¼ bolli alhliða hveiti
- ¼ bolli graskersfræ, fínmöluð
- ½ bolli púðursykur
- 1 tsk lyftiduft
- ½ tsk matarsódi
- ½ tsk salt
- ½ tsk malaður kanill
- ¼ teskeið malað engifer
- ¼ tsk malaður múskat
- ½ bolli súrmjólk
- ½ bolli graskersmauk
- 2 matskeiðar grænmetisolía
- 1 stórt egg
- 1 tsk vanilluþykkni

Fyrir gljáann:
- ½ bolli flórsykur
- 1 matskeið mjólk
- ¼ tsk vanilluþykkni
- 1 msk graskersfræ, ristuð og saxuð

LEIÐBEININGAR:

a) Forhitið ofninn í 375°F. Smyrjið kleinuhringiform og setjið til hliðar.

b) Þeytið saman í stóra skál hveiti, graskersfræ, púðursykur, lyftiduft, matarsóda, salt, kanil, engifer og múskat.

c) Í annarri skál, þeytið saman súrmjólk, graskersmauk, jurtaolíu, egg og vanilluþykkni.

d) Hellið blautu hráefnunum í þurrefnin og hrærið þar til það hefur blandast saman.

e) Setjið deigið með skeið í tilbúna kleinuhringjapönnu og fyllið hvert mót um ¾ fullt.

f) Bakið í 10-12 mínútur, eða þar til kleinurnar eru orðnar gullinbrúnar og tannstöngull sem stungið er í miðjuna kemur hreinn út.

g) Látið kleinuhringina kólna á pönnunni í 5 mínútur, flytjið þá yfir á vírgrind til að kólna alveg.

h) Til að búa til gljáann, þeytið flórsykur, mjólk og vanilluþykkni saman þar til það er slétt.

i) Dýfðu toppunum af kældu kleinunum í gljáann og stráðu síðan söxuðum ristuðum graskersfræjum yfir.

j) Látið gljáann harðna í nokkrar mínútur, berið svo fram og njótið!

57.Chia fræ kleinuhringir

HRÁEFNI:

- 1 bolli alhliða hveiti
- ½ bolli sykur
- 1 tsk lyftiduft
- ½ tsk salt
- 2 matskeiðar schia fræ
- ½ bolli mjólk
- 1 egg
- 1 tsk vanilluþykkni
- ¼ bolli jurtaolía

LEIÐBEININGAR:

a) Hitið ofninn í 350°F (180°C).

b) Þeytið saman hveiti, sykur, lyftiduft, salt og chiafræ í blöndunarskál.

c) Í sérstakri skál, þeytið saman mjólk, egg, vanilluþykkni og jurtaolíu.

d) Bætið blautu hráefnunum við þurrefnin og blandið þar til það hefur blandast saman.

e) Hellið deiginu í smurt kleinuhringjamót.

f) Bakið í 10-12 mínútur, eða þar til tannstöngull sem stungið er í kleinuhringinn kemur hreinn út.

g) Takið kleinuhringina úr ofninum og látið kólna á pönnunni í 5 mínútur áður en þær eru settar á vírgrind til að kólna alveg.

58.Sesamfræ kleinuhringir

HRÁEFNI:
- 2 bollar alhliða hveiti
- 1/2 bolli kornsykur
- 2 tsk lyftiduft
- 1/2 tsk salt
- 1/4 bolli ósaltað smjör, brætt
- 1 bolli mjólk
- 2 stór egg
- 1 tsk vanilluþykkni
- 1/2 bolli sesamfræ

FYRIR GLÍAN:
- 1 bolli flórsykur
- 2-3 matskeiðar mjólk
- 1/4 bolli sesamfræ

LEIÐBEININGAR:
a) Forhitaðu ofninn þinn í 350°F (175°C) og smyrjið kleinuhringjapönnu.
b) Hrærið saman hveiti, sykri, lyftidufti og salti í blöndunarskál.
c) Í sérstakri skál, þeytið bræddu smjöri, mjólk, eggjum og vanilluþykkni saman.
d) Bætið blautu hráefnunum við þurrefnin og hrærið þar til það hefur blandast saman.
e) Setjið deigið með skeið í tilbúna kleinuhringjapönnu og fyllið hvert hol um það bil 2/3 fullt.
f) Stráið sesamfræjunum jafnt yfir kleinuhringjadeigið.
g) Bakið í 12-15 mínútur eða þar til tannstöngull sem stungið er í kleinurnar kemur hreinn út.
h) Í lítilli skál, þeytið saman flórsykur og mjólk til að búa til gljáa. Bætið við meiri mjólk ef þörf krefur til að ná þéttleika.
i) Dýfðu hverjum kleinuhring í gljáann, leyfðu umframmagninu að leka af, stráðu síðan sesamfræjum yfir.

59. Poppy fræ kleinuhringir

HRÁEFNI:
- 2 bollar alhliða hveiti
- 1/2 bolli kornsykur
- 2 tsk lyftiduft
- 1/2 tsk salt
- 2 matskeiðar valmúafræ
- 1 bolli mjólk
- 1/4 bolli jurtaolía
- 2 stór egg
- 1 tsk vanilluþykkni

FYRIR GLÍAN:
- 1 bolli flórsykur
- 2-3 matskeiðar mjólk
- 1 matskeið valmúafræ

LEIÐBEININGAR:
a) Forhitaðu ofninn þinn í 350°F (175°C) og smyrjið kleinuhringjapönnu.
b) Í blöndunarskál, þeytið saman hveiti, sykur, lyftiduft, salt og valmúafræ.
c) Í sérstakri skál, þeytið saman mjólk, jurtaolíu, egg og vanilluþykkni.
d) Bætið blautu hráefnunum við þurrefnin og hrærið þar til það hefur blandast saman.
e) Setjið deigið með skeið í tilbúna kleinuhringjapönnu og fyllið hvert hol um það bil 2/3 fullt.
f) Bakið í 12-15 mínútur eða þar til tannstöngull sem stungið er í kleinurnar kemur hreinn út.
g) Í lítilli skál, þeytið saman flórsykur og mjólk til að búa til gljáa. Bætið við meiri mjólk ef þörf krefur til að ná þéttleika.
h) Dýfðu hverjum kleinuhring í gljáann, leyfðu umframmagninu að leka af og stráðu síðan valmúafræjum yfir.

60.Hörfræ kleinuhringir

HRÁEFNI:
- 2 bollar alhliða hveiti
- 1/2 bolli kornsykur
- 2 tsk lyftiduft
- 1/2 tsk salt
- 2 matskeiðar malað hörfræ
- 1 bolli mjólk
- 1/4 bolli ósaltað smjör, brætt
- 2 stór egg
- 1 tsk vanilluþykkni

FYRIR GLÍAN:
- 1 bolli flórsykur
- 2-3 matskeiðar mjólk
- 1 matskeið malað hörfræ

LEIÐBEININGAR:

a) Forhitaðu ofninn þinn í 350°F (175°C) og smyrjið kleinuhringjapönnu.

b) Hrærið saman hveiti, sykri, lyftidufti, salti og möluðu hörfræi í blöndunarskál.

c) Í sérstakri skál, þeytið saman mjólk, bræddu smjöri, eggjum og vanilluþykkni.

d) Bætið blautu hráefnunum við þurrefnin og hrærið þar til það hefur blandast saman.

e) Setjið deigið með skeið í tilbúna kleinuhringjapönnu og fyllið hvert hol um það bil 2/3 fullt.

f) Bakið í 12-15 mínútur eða þar til tannstöngull sem stungið er í kleinurnar kemur hreinn út.

g) Í lítilli skál, þeytið saman flórsykur og mjólk til að búa til gljáa. Bætið við meiri mjólk ef þörf krefur til að ná þéttleika.

h) Dýfðu hverjum kleinuhring í gljáann, leyfðu umframmagninu að leka af, stráðu síðan möluðu hörfræi yfir.

61.Sólblómafræ kleinuhringir

HRÁEFNI:
- 2 bollar alhliða hveiti
- 1/2 bolli kornsykur
- 2 tsk lyftiduft
- 1/2 tsk salt
- 1/2 bolli sólblómafræ
- 1 bolli mjólk
- 1/4 bolli jurtaolía
- 2 stór egg
- 1 tsk vanilluþykkni

FYRIR GLÍAN:
- 1 bolli flórsykur
- 2-3 matskeiðar mjólk
- 1/4 bolli sólblómafræ

LEIÐBEININGAR:
a) Forhitaðu ofninn þinn í 350°F (175°C) og smyrjið kleinuhringjapönnu.
b) Hrærið saman hveiti, sykri, lyftidufti, salti og sólblómafræjum í blöndunarskál.
c) Í sérstakri skál, þeytið saman mjólk, jurtaolíu, egg og vanilluþykkni.
d) Bætið blautu hráefnunum við þurrefnin og hrærið þar til það hefur blandast saman.
e) Setjið deigið með skeið í tilbúna kleinuhringjapönnu og fyllið hvert hol um það bil 2/3 fullt.
f) Bakið í 12-15 mínútur eða þar til tannstöngull sem stungið er í kleinurnar kemur hreinn út.
g) Í lítilli skál, þeytið saman flórsykur og mjólk til að búa til gljáa. Bætið við meiri mjólk ef þörf krefur til að ná þéttleika.
h) Dýfðu hverjum kleinuhring í gljáann, leyfðu umframmagninu að leka af, stráðu síðan sólblómafræjum yfir.

HNETU kleinuhringir

62.Heslihnetutoppaður kleinuhringur

HRÁEFNI:
- 1 kleinuhringur, gljáður, helmingaður lárétt
- 2 matskeiðar Nutella

LEIÐBEININGAR:
a) Settu Nutella á báðar afskornar hliðar kleinuhringjahelminganna.
b) Settu efri helminginn á neðri helminginn og njóttu.
c) Njóttu.

63.Ristaðar kókosbakaðar kleinur

HRÁEFNI:
- ¼ bolli ósaltað smjör mýkt
- ¼ bolli jurtaolía
- ½ bolli kornsykur
- ⅓ bolli púðursykur
- 2 stór egg
- 1½ tsk lyftiduft
- ¼ tsk matarsódi
- ½ tsk múskat
- ½ tsk salt
- 1½ tsk vanilluþykkni
- 2⅔ bollar alhliða hveiti
- 1 bolli súrmjólk

GLJÁR
- 1 bolli flórsykur
- 1 msk létt maíssíróp
- 1 matskeið brætt smjör
- 2 matskeiðar mjólk
- ½ tsk vanilluþykkni
- ⅛ teskeið salt

Ristað kókos
- 1 bolli sætt rifið kókos eða ristað kókos

LEIÐBEININGAR:
a) Hitið ofninn í 425°. Smyrjið kleinuhringjapönnu eða spreyið pönnuna með eldunarúða sem festist ekki.
b) Blandið saman smjöri, olíu og sykri í stóra skál þar til það er slétt.
c) Þeytið eggin út í einu í einu þar til þau blandast saman.
d) Bætið lyftidufti, matarsóda, múskati og vanillu út í blönduna. Hrærið þar til blandast saman.
e) Hrærið hveiti út í til skiptis með súrmjólkinni, byrjið og endar með hveitinu. Blandið aðeins nóg til að blanda saman.
f) Notaðu skeið til að fylla kleinuhringjaholurnar ¾ fullar af deigi, deigið er örlítið stíft. Notaðu tannstöngul til að dreifa deiginu út á brúnir einstakra kleinuhringja.
g) Bakið á miðri grind forhitaðs ofnsins í 10 mínútur. Kleinuhringir eru tilbúnir þegar þeir springa aftur þegar ýtt er létt á þær. Kleinuhringir verða fölir og dökkna ekki við bakstur, þetta er eðlilegt.

h) Takið pönnuna úr ofninum og leyfið kleinunum að kólna aðeins áður en pönnunni er hvolft til að fjarlægja.

i) Gerðu gljáann með því að blanda saman sykri, maíssírópi, bræddu smjöri, mjólk, vanillu og salti í lítilli skál. Blandið vandlega saman. Ef gljáinn er of þykkur, bætið þá við viðbótarmjólk 1 tsk í einu þar til það er þykkt.

j) Bætið kókoshnetunni í stóra pönnu yfir lágum-miðlungs hita. Eldið, hrærið stöðugt þar til flögurnar eru að mestu gullbrúnar. Takið af hitanum og setjið ristað kókos yfir í fat til að kólna.

k) Dýfðu örlítið volgum kleinum í gljáa og síðan ristuðu kókoshnetu. Þrýstu á kókoshnetuna til að hjálpa til við að festast við gljáann.

l) Setjið kleinur á kæligrind til að leyfa gljáanum að harðna áður en þær eru bornar fram.

64. Hlynur Walnut kleinuhringir

HRÁEFNI:

- 1 ½ bolli alhliða hveiti
- ½ bolli kornsykur
- 1 ½ tsk lyftiduft
- ½ tsk salt
- ½ tsk malaður kanill
- ½ bolli súrmjólk
- 2 egg
- ¼ bolli ósaltað smjör, brætt
- ¼ bolli hreint hlynsíróp
- ½ bolli saxaðar valhnetur

LEIÐBEININGAR:

a) Forhitið ofninn í 350°F. Smyrjið kleinuhringjapönnu með eldunarúða sem festist ekki.

b) Hrærið saman hveiti, sykri, lyftidufti, salti og kanil í meðalstórri blöndunarskál.

c) Í sérstakri blöndunarskál, þeytið saman súrmjólk, egg, bræddu smjöri og hlynsírópi þar til það er slétt.

d) Bætið blautu hráefnunum við þurrefnin og hrærið þar til það hefur blandast saman.

e) Hrærið söxuðu valhnetunum saman við.

f) Hellið deiginu með skeið í tilbúna kleinuhringjapönnu og fyllið hvert mót um það bil ⅔ fullt.

g) Bakið í 12-15 mínútur, eða þar til kleinurnar eru orðnar létt gylltar og tannstöngull sem stungið er í miðjuna kemur hreinn út.

h) Leyfið kleinunum að kólna á pönnunni í 5 mínútur áður en þær eru fjarlægðar og settar yfir á vírgrind til að kólna alveg.

65. Almond Joy kleinuhringir

HRÁEFNI:

- 1 ½ bolli alhliða hveiti
- ½ bolli kornsykur
- ⅓ bolli ósykrað kakóduft
- 1 tsk lyftiduft
- ½ tsk matarsódi
- ½ tsk salt
- ½ bolli súrmjólk
- ⅓ bolli jurtaolía
- 2 egg
- 1 tsk vanilluþykkni
- ½ bolli saxaðar möndlur
- ½ bolli rifinn kókos
- ½ bolli lítill súkkulaðibitar

LEIÐBEININGAR:

a) Hitið ofninn í 350°F (180°C) og smyrjið kleinuhringjapönnu.
b) Blandið saman hveiti, sykri, kakódufti, lyftidufti, matarsóda og salti í blöndunarskál.
c) Í sérstakri skál, þeytið saman súrmjólk, egg, jurtaolíu og vanilluþykkni.
d) Hellið blautu hráefnunum í þurrefnin og hrærið þar til það hefur blandast saman.
e) Blandið rifnum kókos, saxuðum möndlum og súkkulaðibitum saman við.
f) Setjið deigið með skeið í tilbúna kleinuhringjapönnu og fyllið hvert mót um ¾ fullt.
g) Bakið í 12-15 mínútur, eða þar til tannstöngull sem stungið er í miðjuna kemur hreinn út.
h) Leyfðu kleinunum að kólna á pönnunni í nokkrar mínútur áður en þú færð þá yfir á vírgrind til að kólna alveg.

66.Hnetusmjör kleinuhringir

HRÁEFNI:

- 1 ¾ bollar alhliða hveiti
- ½ bolli kornsykur
- 2 tsk lyftiduft
- ½ tsk salt
- ½ bolli rjómalagt hnetusmjör
- ¼ bolli ósaltað smjör, brætt
- ¾ bolli mjólk
- 2 stór egg
- 1 tsk vanilluþykkni
- ½ bolli saxaðar hnetur (til áleggs)

LEIÐBEININGAR:

a) Forhitaðu ofninn þinn í 350°F (175°C) og smyrjið kleinuhringjapönnu.

b) Hrærið saman hveiti, sykri, lyftidufti og salti í blöndunarskál.

c) Í sérstakri skál, þeytið saman hnetusmjör, bræddu smjöri, mjólk, eggjum og vanilluþykkni þar til það er slétt.

d) Bætið blautu hráefnunum við þurrefnin og hrærið þar til það hefur blandast saman.

e) Setjið deigið með skeið í tilbúna kleinuhringjapönnu og fyllið hvert hol um það bil 2/3 fullt.

f) Stráið söxuðum hnetunum jafnt yfir kleinuhringjadeigið.

g) Bakið í 12-15 mínútur eða þar til tannstöngull sem stungið er í kleinurnar kemur hreinn út.

h) Leyfðu kleinunum að kólna á pönnunni í nokkrar mínútur áður en þú færð þá yfir á vírgrind til að kólna alveg.

67. Heslihnetu Mokka kleinuhringir

HRÁEFNI:
- 1 ¾ bollar alhliða hveiti
- ½ bolli kornsykur
- 2 tsk lyftiduft
- ½ tsk salt
- ¼ bolli ósaltað smjör, brætt
- ½ bolli mjólk
- 2 matskeiðar skyndikaffikorn
- 2 stór egg
- 1 tsk vanilluþykkni
- ½ bolli saxaðar heslihnetur
- ½ bolli flórsykur
- 2 matskeiðar mjólk
- 1 matskeið kakóduft
- Hakkaðar heslihnetur til áleggs

LEIÐBEININGAR:

a) Forhitaðu ofninn þinn í 350°F (175°C) og smyrjið kleinuhringjapönnu.

b) Hrærið saman hveiti, sykri, lyftidufti og salti í blöndunarskál.

c) Þeytið bræddu smjöri, mjólk, skyndikaffikornum, eggjum og vanilluþykkni saman í sérskál.

d) Bætið blautu hráefnunum við þurrefnin og hrærið þar til það hefur blandast saman.

e) Blandið söxuðu heslihnetunum saman við.

f) Setjið deigið með skeið í tilbúna kleinuhringjapönnu og fyllið hvert hol um það bil 2/3 fullt.

g) Bakið í 12-15 mínútur eða þar til tannstöngull sem stungið er í kleinurnar kemur hreinn út.

h) Í lítilli skál, þeytið saman flórsykur, mjólk og kakóduft til að búa til gljáa.

i) Dýfðu hverjum kleinuhring í gljáann, leyfðu umframmagninu að leka af, stráðu síðan hakkuðum heslihnetum yfir.

68.Pistasíu kleinuhringir

HRÁEFNI:
- 1 ¾ bollar alhliða hveiti
- ½ bolli kornsykur
- 2 tsk lyftiduft
- ½ tsk salt
- ¼ bolli ósaltað smjör, brætt
- ½ bolli mjólk
- 2 stór egg
- 1 tsk vanilluþykkni
- ½ bolli saxaðar pistasíuhnetur
- ½ bolli flórsykur
- 2 matskeiðar mjólk
- Saxaðar pistasíuhnetur til áleggs

LEIÐBEININGAR:
a) Forhitaðu ofninn þinn í 350°F (175°C) og smyrjið kleinuhringjapönnu.
b) Hrærið saman hveiti, sykri, lyftidufti og salti í blöndunarskál.
c) Í sérstakri skál, þeytið bræddu smjöri, mjólk, eggjum og vanilluþykkni saman.
d) Bætið blautu hráefnunum við þurrefnin og hrærið þar til það hefur blandast saman.
e) Hrærið niður söxuðum pistasíuhnetum.
f) Setjið deigið með skeið í tilbúna kleinuhringjapönnu og fyllið hvert hol um það bil 2/3 fullt.
g) Bakið í 12-15 mínútur eða þar til tannstöngull sem stungið er í kleinurnar kemur hreinn út.
h) Í lítilli skál, þeytið saman flórsykur og mjólk til að búa til gljáa.
i) Dýfðu hverjum kleinuhring í gljáann, leyfðu umframmagninu að leka af, stráðu síðan söxuðum pistasíuhnetum yfir.

69.Walnut Karamellu kleinuhringir

HRÁEFNI:
- 1 ¾ bollar alhliða hveiti
- ½ bolli kornsykur
- 2 tsk lyftiduft
- ½ tsk salt
- ¼ bolli ósaltað smjör, brætt
- ½ bolli mjólk
- 2 stór egg
- 1 tsk vanilluþykkni
- ½ bolli saxaðar valhnetur
- 1 bolli karamellusósa
- Saxaðar valhnetur til áleggs

LEIÐBEININGAR:
a) Forhitaðu ofninn þinn í 350°F (175°C) og smyrjið kleinuhringjapönnu.
b) Hrærið saman hveiti, sykri, lyftidufti og salti í blöndunarskál.
c) Í sérstakri skál, þeytið bræddu smjöri, mjólk, eggjum og vanilluþykkni saman.
d) Bætið blautu hráefnunum við þurrefnin og hrærið þar til það hefur blandast saman.
e) Hrærið söxuðu valhnetunum saman við.
f) Setjið deigið með skeið í tilbúna kleinuhringjapönnu og fyllið hvert hol um það bil 2/3 fullt.
g) Bakið í 12-15 mínútur eða þar til tannstöngull sem stungið er í kleinurnar kemur hreinn út.
h) Leyfðu kleinunum að kólna á pönnunni í nokkrar mínútur og færðu þá yfir á vírgrind.
i) Dreypið karamellusósunni yfir kleinurnar og stráið svo söxuðum valhnetum yfir.

SULTU OG hlaup

70.Jam kleinuhringir

HRÁEFNI:

- 3 bollar hveiti
- Klípa salt
- ½ bolli smjör
- 1 tsk instant þurrger
- ½ bolli sykur
- 2 bollar mjólk
- 2 egg
- 2-3 matskeiðar sulta
- Olía til djúpsteikingar

LEIÐBEININGAR:

a) Sigtið hveiti og salt í skál. Bætið við geri og sykri. Nuddið smjörinu út í þar til brauðrasp myndast

b) Bætið mjólk og eggjablöndu saman við og hnoðið þar til mjúkt deig myndast. Lokið og látið hefast í 1 klst

c) Skiptið deiginu í 16 kúlur og mótið í hringi. Setjið litla matskeið af sultu í miðjuna á hverri kúlu, klípið til að hylja sultuna og myndið aftur hring.

d) Látið hvíla í 20 mínútur. Hitið olíu og djúpsteikið kleinuhringjurnar þar til þær eru gullinbrúnar

e) Settu á disk með eldhúsþurrku til að fjarlægja umfram olíu. Stráið flórsykri yfir ríkulega.

71. Black Forest Kirsuberjasultu kleinuhringir

HRÁEFNI:
FYRIR DONUUT DEIGINN
- 250g sterkt hvítt brauðhveiti
- 50g flórsykur auk 100g til að rykhreinsa
- 5 g þurrger
- 2 egg
- 60 g saltað smjör, brætt
- 2 ltr sólblómaolía

FYRIR FYLLINGU
- 200 g kirsuberjasulta
- 100ml tvöfaldur rjómi, þeyttur

FYRIR ÍSKUNNINN
- 100 g flórsykur, sigtaður
- 2 matskeiðar kakóduft, sigtað
- 50 g venjulegt súkkulaði
- fersk kirsuber (valfrjálst)

LEIÐBEININGAR:
a) Setjið hveiti, sykur, ger, egg og 125 ml af volgu vatni í hrærivél með deigkrók eða róðri og blandið í 5 mínútur þar til deigið er mjög mjúkt. Ef þú átt ekki hrærivél geturðu notað stóra skál og hnoðað í höndunum (þetta getur tekið allt að 10 mín).

b) Látið deigið hvíla í eina eða tvær mínútur í hrærivélinni eða skálinni á meðan þið bræðið smjörið, ræsið síðan hrærivélina aftur og bætið bræddu smjöri varlega út í í þunnum straumi. Blandið vel saman í aðrar 5 mínútur þar til deigið er gljáandi, slétt og teygjanlegt og losnar frá hliðum skálarinnar. Aftur er hægt að gera þetta í höndunum með því að hnoða smjörið í deigið.

c) Hyljið skálina með filmu og setjið til hliðar á heitum stað til að hefast í 30 mínútur þar til hún hefur tvöfaldast að stærð. Þegar það hefur reynst skaltu taka deigið úr skálinni og setja á létt hveitistráð yfirborð og hnoða í 2 mínútur. Setjið deigið aftur í skálina og hyljið með plastfilmu og kælið svo í ísskáp yfir nótt.

d) Daginn eftir skaltu taka deigið úr ísskápnum og skera í 10 jafnstóra bita, hnoða hvern smá og móta í hringi. Setjið á létt hveitistráða bökunarplötu, vel á milli, hyljið síðan aftur með létt olíuðri matfilmu og setjið til hliðar á heitum stað til að hefast í 1-2 klst þar til um það bil tvöfaldast að stærð.

e) Hellið olíunni í stóran pott svo hún sé um það bil hálffull, hitið síðan í 170°C með hitamæli eða þegar lítill brauðklumpur verður fölgull á 30 sekúndum.

f) Setjið 100 g flórsykurinn í skál sem er tilbúinn til að rykhreinsa, setjið síðan kleinuhringina varlega í heitu olíuna með sleif í 2-3 hópum og steikið í 2 mínútur á hvorri hlið þar til þær eru gullinbrúnar. Fjarlægðu með sleif og settu beint í skálina af sykri, blandaðu til að hjúpa, raðaðu síðan á kæligrind.

g) Á meðan kleinuhringirnir eru að kólna skaltu setja kirsuberjasultuna í annan sprautupokann og þeytta rjómann í hinn og klippa 1 cm gat í lok hvers poka.

h) Taktu kældan kleinuhring og skerðu lítinn skurð með beittum hníf á annarri hliðinni, alla leið að miðju kleinuhringsins þíns. Taktu nú teskeið og stingdu henni í gatið þar til bolli skeiðarinnar nær miðjunni, snúðu síðan teskeiðinni 360 gráður og dragðu deigmiðjuna út; henda.

i) Taktu sprautupokann af sultu og settu um það bil 1 matskeið af sultu inn í miðjuna, gerðu það sama við rjómann og tryggðu að kleinuhringirnir séu búnir og fullir af fyllingu. Settu þær aftur á kæligrindina.

j) Setjið kökukremið í litla skál með 2-3 msk af vatni og blandið vel saman þar til kremið er þykkt og gljáandi og hjúpar bakhlið teskeiðar. Dreifið hvern kleinuhring með 1 matskeið af kremið í þéttu sikksakkmynstri.

k) Rakaðu síðan þunna spóna af venjulegu súkkulaði frá hliðinni á stönginni á disk með því að nota kartöfluskeljara. Notaðu teskeið og stráðu spænunum á kleinuhringina.

l) Berið fram með ferskum kirsuberjum.

72.Hindberjarjómaostur hlaup kleinuhringir

HRÁEFNI:

- 2 bollar alhliða hveiti
- ¼ bolli kornsykur
- 2 ¼ tsk instant ger
- ½ tsk salt
- ½ bolli mjólk
- 2 matskeiðar ósaltað smjör, brætt
- 1 egg
- 1 tsk vanilluþykkni
- 4 aura rjómaostur, mildaður
- ¼ bolli hindberjasulta
- Jurtaolía, til steikingar
- Púðursykur, til að rykhreinsa

LEIÐBEININGAR:

a) Í stórri blöndunarskál, þeytið saman hveiti, sykur, instant ger og salt.
b) Í sérstakri blöndunarskál, þeytið saman mjólk, bræddu smjöri, eggi og vanilluþykkni þar til það er slétt.
c) Bætið blautu hráefnunum við þurrefnin og hrærið þar til það hefur blandast saman.
d) Snúið deiginu út á hveitistráð yfirborð og hnoðið í 5-7 mínútur, eða þar til það er slétt og teygjanlegt.
e) Hyljið deigið og látið það hvíla í 10 mínútur.
f) Fletjið deigið út í ¼ tommu þykkt og skerið út hringi með því að nota kexskera eða drykkjarglas.
g) Blandið saman rjómaostinum og hindberjasultunni í lítilli blöndunarskál þar til það er slétt.
h) Setjið teskeið af rjómaostablöndunni í miðju hvers hrings.
i) Brjótið deigið yfir og klípið í brúnirnar til að loka.
j) Hitið jurtaolíuna í stórum, djúpum potti við meðalháan hita.
k) Þegar olían er orðin heit skaltu hella kleinunum varlega ofan í olíuna og steikja í 1-2 mínútur á hvorri hlið, eða þar til þær eru gullinbrúnar.
l) Notaðu göt til að fjarlægja kleinuhringina úr olíunni og settu þá á pappírsklædda disk til að tæma umfram olíu.
m) Dustið kleinuhringjurnar með púðursykri áður en þær eru bornar fram.

73. Lemon Curd kleinuhringir

HRÁEFNI:
- 2 ¾ bollar alhliða hveiti
- ¼ bolli kornsykur
- 2 tsk virkt þurrger
- ½ tsk salt
- ½ bolli mjólk
- ¼ bolli ósaltað smjör, brætt
- 2 stór egg
- 1 tsk vanilluþykkni
- Jurtaolía, til steikingar
- ½ bolli sítrónuost
- Púðursykur, til að rykhreinsa

LEIÐBEININGAR:
a) Í stórri hrærivélarskál, blandaðu saman alhliða hveiti, kornsykri, virku þurrgeri og salti. Blandið vel saman.

b) Hitið mjólkina í aðskildum litlum potti þar til hún er hlý en ekki sjóðandi. Takið af hitanum og bætið bræddu ósöltuðu smjöri út í. Hrærið þar til smjörið er að fullu tekið upp.

c) Þeytið eggin og vanilluþykkni saman í lítilli skál. Bætið þessari blöndu út í mjólkur- og smjörblönduna og þeytið þar til hún hefur blandast vel saman.

d) Hellið blautu hráefnunum í þurrefnin og hrærið með tréskeið eða spaða þar til deig myndast.

e) Færið deigið yfir á létt hveitistráð yfirborð og hnoðið í um það bil 5 mínútur þar til það verður slétt og teygjanlegt. Ef deigið er of klístrað, bætið þá við örlítið meira hveiti, einni matskeið í einu, þar til það nær æskilegri þéttleika.

f) Setjið deigið í smurða skál, hyljið það með hreinu eldhúsþurrku og látið hefast á hlýjum stað í um 1 klukkustund, eða þar til það hefur tvöfaldast að stærð.

g) Þegar deigið hefur lyft sér skaltu kýla það niður til að losa loftið. Snúðu því út á hveitistráð yfirborð og flettu það út í um það bil ½ tommu þykkt.

h) Notaðu hringlaga kökuform eða drykkjarglas til að skera út hringi úr deiginu. Setjið hringina á bökunarpappírsklædda ofnplötu og látið hefast í 30 mínútur í viðbót.

i) Á meðan kleinuhringirnir hækka, hitið jurtaolíu í djúpum potti eða djúpsteikingu í um það bil 350°F (175°C).

j) Setjið kleinurnar varlega í heita olíuna, nokkra í einu, og steikið þá í um 2-3 mínútur á hlið eða þar til þeir verða gullinbrúnir. Notaðu skeið eða töng til að snúa þeim við.

k) Þegar þeir eru soðnir skaltu fjarlægja kleinuhringina úr olíunni og setja þá á pappírsklædda disk til að tæma umfram olíu.

l) Fylltu sprautupoka með litlum hringlaga þjórfé með sítrónukremi. Stingdu oddinum inn í hlið hvers kleinuhringja og kreistu varlega til að fylla miðjuna af sítrónusósu. Endurtaktu með kleinuhringjunum sem eftir eru.

m) Dustið fylltu kleinuhringjurnar með flórsykri með sigti eða fínmöskju sigti.

n) Berið lemon curd kleinuhringjurnar fram strax á meðan þær eru enn heitar og njótið!

74. Brómber gljáðir kleinuhringir

HRÁEFNI:
- 2 ¾ bollar alhliða hveiti
- ¼ bolli kornsykur
- 2 tsk virkt þurrger
- ½ tsk salt
- ½ bolli mjólk
- ¼ bolli ósaltað smjör, brætt
- 2 stór egg
- 1 tsk vanilluþykkni
- Jurtaolía, til steikingar
- 1 bolli fersk brómber
- 1 bolli flórsykur
- 1-2 matskeiðar mjólk

LEIÐBEININGAR:
a) Í stórri hrærivélarskál, blandaðu saman alhliða hveiti, kornsykri, virku þurrgeri og salti. Blandið vel saman.
b) Hitið mjólkina í aðskildum litlum potti þar til hún er hlý en ekki sjóðandi. Takið af hitanum og bætið bræddu ósöltuðu smjöri út í. Hrærið þar til smjörið er að fullu tekið upp.
c) Þeytið eggin og vanilluþykkni saman í lítilli skál. Bætið þessari blöndu út í mjólkur- og smjörblönduna og þeytið þar til hún hefur blandast vel saman.
d) Hellið blautu hráefnunum í þurrefnin og hrærið með tréskeið eða spaða þar til deig myndast.
e) Færið deigið yfir á létt hveitistráð yfirborð og hnoðið í um það bil 5 mínútur þar til það verður slétt og teygjanlegt. Ef deigið er of klístrað, bætið þá við örlítið meira hveiti, einni matskeið í einu, þar til það nær æskilegri þéttleika.
f) Setjið deigið í smurða skál, hyljið það með hreinu eldhúsþurrku og látið hefast á hlýjum stað í um 1 klukkustund, eða þar til það hefur tvöfaldast að stærð.
g) Þegar deigið hefur lyft sér skaltu kýla það niður til að losa loftið. Snúðu því út á hveitistráð yfirborð og flettu það út í um það bil ½ tommu þykkt.
h) Notaðu hringlaga kökuform eða drykkjarglas til að skera út hringi úr deiginu. Setjið hringina á bökunarpappírsklædda ofnplötu og látið hefast í 30 mínútur í viðbót.
i) Á meðan kleinurnar lyfta sér, undirbúið brómberjagljáann. Blandið saman ferskum brómberjum og flórsykri í litlum potti. Eldið

við meðalhita, hrærið af og til, þar til brómberin brotna niður og safa þeirra losa og blandan þykknar aðeins. Takið af hitanum og látið kólna í nokkrar mínútur.

j) Flyttu brómberjablönduna yfir í blandara eða matvinnsluvél og blandaðu þar til slétt. Ef þess er óskað, síið blönduna í gegnum fínmöskju sigti til að fjarlægja öll fræ.

k) Hrærið 1-2 matskeiðar af mjólk út í til að þynna gljáann í æskilega þéttleika.

l) Hitið jurtaolíu í djúpum potti eða djúpsteikingarpotti í um það bil 350°F (175°C).

m) Setjið kleinurnar varlega í heita olíuna, nokkra í einu, og steikið þá í um 2-3 mínútur á hlið eða þar til þeir verða gullinbrúnir. Notaðu skeið eða töng til að snúa þeim við.

n) Þegar þeir eru soðnir skaltu fjarlægja kleinuhringina úr olíunni og setja þá á pappírsklædda disk til að tæma umfram olíu.

o) Dýfðu hverjum kleinuhring í brómberjaglasúrinn og snúðu honum þannig að hann hjúpi báðar hliðar. Settu gljáðu kleinuhringjurnar á vírgrind sem sett er yfir bökunarplötu til að leyfa umfram gljáa að leka af.

p) Leyfið gljáanum að harðna í nokkrar mínútur áður en brómberjagljáðu kleinurnar eru bornar fram.

75. Karamellu Epli kleinuhringir

HRÁEFNI:
- 2 ¾ bollar alhliða hveiti
- ¼ bolli kornsykur
- 2 tsk virkt þurrger
- ½ tsk salt
- ½ bolli mjólk
- ¼ bolli ósaltað smjör, brætt
- 2 stór egg
- 1 tsk vanilluþykkni
- Jurtaolía, til steikingar
- ½ bolli eplasmjör eða eplasulta
- Púðursykur, til að rykhreinsa

LEIÐBEININGAR:
a) Í stórri hrærivélarskál, blandaðu saman alhliða hveiti, kornsykri, virku þurrgeri og salti. Blandið vel saman.
b) Hitið mjólkina í aðskildum litlum potti þar til hún er hlý en ekki sjóðandi. Takið af hitanum og bætið bræddu ósöltuðu smjöri út í. Hrærið þar til smjörið er að fullu tekið upp.
c) Þeytið eggin og vanilluþykkni saman í lítilli skál. Bætið þessari blöndu út í mjólkur- og smjörblönduna og þeytið þar til hún hefur blandast vel saman.
d) Hellið blautu hráefnunum í þurrefnin og hrærið með tréskeið eða spaða þar til deig myndast.
e) Færið deigið yfir á létt hveitistráð yfirborð og hnoðið í um það bil 5 mínútur þar til það verður slétt og teygjanlegt. Ef deigið er of klístrað, bætið þá við örlítið meira hveiti, einni matskeið í einu, þar til það nær æskilegri þéttleika.
f) Setjið deigið í smurða skál, hyljið það með hreinu eldhúsþurrku og látið hefast á hlýjum stað í um 1 klukkustund, eða þar til það hefur tvöfaldast að stærð.
g) Þegar deigið hefur lyft sér skaltu kýla það niður til að losa loftið. Snúðu því út á hveitistráð yfirborð og flettu það út í um það bil ½ tommu þykkt.
h) Notaðu hringlaga kökuform eða drykkjarglas til að skera út hringi úr deiginu. Setjið hringina á bökunarpappírsklædda ofnplötu og látið hefast í 30 mínútur í viðbót.
i) Á meðan kleinuhringirnir hækka, hitið jurtaolíu í djúpum potti eða djúpsteikingu í um það bil 350°F (175°C).

j) Setjið kleinurnar varlega í heita olíuna, nokkra í einu, og steikið þá í um 2-3 mínútur á hlið eða þar til þeir verða gullinbrúnir. Notaðu skeið eða töng til að snúa þeim við.

k) Þegar þeir eru soðnir skaltu fjarlægja kleinuhringina úr olíunni og setja þá á pappírsklædda disk til að tæma umfram olíu.

l) Fylltu sprautupoka með litlum hringlaga þjórfé með eplasmjöri eða eplasultu. Stingdu oddinum inn í hlið hvers kleinuhringja og kreistu varlega til að fylla miðjuna með karamellu eplafyllingu. Endurtaktu með kleinuhringjunum sem eftir eru.

m) Dustið fylltu kleinuhringjurnar með flórsykri með sigti eða fínmöskju sigti.

n) Berið karamellu epla kleinurnar fram strax á meðan þær eru enn volgar og njótið!

76.Nutella-fylltir kleinuhringir

HRÁEFNI:
- 2 ¾ bollar alhliða hveiti
- ¼ bolli kornsykur
- 2 tsk virkt þurrger
- ½ tsk salt
- ½ bolli mjólk
- ¼ bolli ósaltað smjör, brætt
- 2 stór egg
- 1 tsk vanilluþykkni
- Jurtaolía, til steikingar
- Nutella (eða uppáhalds súkkulaði-heslihnetuáleggið þitt)
- Púðursykur, til að rykhreinsa

LEIÐBEININGAR:
a) Í stórri hrærivélarskál, blandaðu saman alhliða hveiti, kornsykri, virku þurrgeri og salti. Blandið vel saman.

b) Hitið mjólkina í aðskildum litlum potti þar til hún er hlý en ekki sjóðandi. Takið af hitanum og bætið bræddu ósöltuðu smjöri út í. Hrærið þar til smjörið er að fullu tekið upp.

c) Þeytið eggin og vanilluþykkni saman í lítilli skál. Bætið þessari blöndu út í mjólkur- og smjörblönduna og þeytið þar til hún hefur blandast vel saman.

d) Hellið blautu hráefnunum í þurrefnin og hrærið með tréskeið eða spaða þar til deig myndast.

e) Færið deigið yfir á létt hveitistráð yfirborð og hnoðið í um það bil 5 mínútur þar til það verður slétt og teygjanlegt. Ef deigið er of klístrað, bætið þá við örlítið meira hveiti, einni matskeið í einu, þar til það nær æskilegri þéttleika.

f) Setjið deigið í smurða skál, hyljið það með hreinu eldhúsþurrku og látið hefast á hlýjum stað í um 1 klukkustund, eða þar til það hefur tvöfaldast að stærð.

g) Þegar deigið hefur lyft sér skaltu kýla það niður til að losa loftið. Snúðu því út á hveitistráð yfirborð og flettu það út í um það bil ½ tommu þykkt.

h) Notaðu hringlaga kökuform eða drykkjarglas til að skera út hringi úr deiginu. Setjið hringina á bökunarpappírsklædda ofnplötu og látið hefast í 30 mínútur í viðbót.

i) Á meðan kleinurnar lyfta sér, undirbúið Nutella fyllinguna. Skelltu teskeið eða svo af Nutella á plastfilmu og mótaðu hana í litla kúlu.

Endurtaktu þar til þú hefur nóg af Nutella kúlum fyrir hvern kleinuhring.

j) Taktu hvern lyftan kleinuhring og settu Nutella kúlu í miðjuna. Brjótið brúnirnar yfir Nutella og klípið saman til að loka fyllingunni að innan. Rúllaðu því varlega til að tryggja að það sé vel lokað.

k) Hitið jurtaolíu í djúpum potti eða djúpsteikingarpotti í um það bil 350°F (175°C).

l) Setjið Nutella-fylltu kleinurnar varlega í heitu olíuna, nokkra í einu, og steikið þá í um 2-3 mínútur á hlið eða þar til þeir verða gullinbrúnir. Notaðu skeið eða töng til að snúa þeim við.

m) Þegar þeir eru soðnir skaltu fjarlægja kleinuhringina úr olíunni og setja þá á pappírsklædda disk til að tæma umfram olíu.

n) Dustaðu Nutella-fyllta kleinuhringina með púðursykri með sigti eða fínmöskju sigti.

o) Berið Nutella fylltu kleinurnar fram strax á meðan þær eru enn heitar og njótið dýrindis súkkulaði-heslihnetufyllingarinnar!

BOOZY kleinuhringir

77.Ristað Baileys bakaðir kleinuhringir

HRÁEFNI:
- ¼ bolli ósaltað smjör mýkt
- ¼ bolli jurtaolía
- ½ bolli kornsykur
- ⅓ bolli púðursykur
- 2 stór egg
- 1½ tsk lyftiduft
- ¼ tsk matarsódi
- ½ tsk múskat
- ½ tsk salt
- 1½ tsk vanilluþykkni
- 2⅔ bollar alhliða hveiti
- 1 bolli Baileys

GLJÁR
- 1 bolli flórsykur
- 1 msk létt maíssíróp
- 1 matskeið brætt smjör
- 2 matskeiðar Baileys
- ½ tsk vanilluþykkni
- ⅛ teskeið salt

Ristað kókos
- 1 bolli sætt rifið kókos eða ristað kókos

LEIÐBEININGAR:
a) Hitið ofninn í 425°. Smyrjið kleinuhringjapönnu eða spreyið pönnuna með eldunarúða sem festist ekki.
b) Blandið saman smjöri, olíu og sykri í stóra skál þar til það er slétt.
c) Þeytið eggin út í einu í einu þar til þau blandast saman.
d) Bætið lyftidufti, matarsóda, múskati og vanillu út í blönduna. Hrærið þar til blandast saman.
e) Hrærið hveiti út í til skiptis með Baileys, byrjið og endar með hveitinu. Blandið aðeins nóg til að blanda saman.
f) Notaðu skeið til að fylla kleinuhringjaholurnar ¾ fullar af deigi, deigið er örlítið stíft. Notaðu tannstöngul til að dreifa deiginu út á brúnir einstakra kleinuhringja.
g) Bakið á miðri grind forhitaðs ofnsins í 10 mínútur. Kleinuhringir eru tilbúnir þegar þeir springa aftur þegar ýtt er létt á þær. Kleinuhringir verða fölir og dökkna ekki við bakstur, þetta er eðlilegt.

h) Takið pönnuna úr ofninum og leyfið kleinunum að kólna aðeins áður en pönnunni er hvolft til að fjarlægja.

GERÐU GLÍAN

i) Blandið sykri, maíssírópi, bræddu smjöri, Baileys, vanillu og salti saman í litla skál. Blandið vandlega saman. Ef gljáinn er of þykkur, bætið þá við Baileys í viðbót, 1 teskeið í einu þar til það er þykkt.

j) Bætið kókoshnetunni í stóra pönnu yfir lágum-miðlungs hita. Eldið, hrærið stöðugt þar til flögurnar eru að mestu gullbrúnar. Takið af hitanum og setjið ristað kókos yfir í fat til að kólna.

k) Dýfðu örlítið volgum kleinum í gljáa og síðan ristuðu kókoshnetu. Þrýstu á kókoshnetuna til að hjálpa til við að festast við gljáann.

l) Setjið kleinur á kæligrind til að leyfa gljáanum að harðna áður en þær eru bornar fram.

78.Margarita kleinuhringir

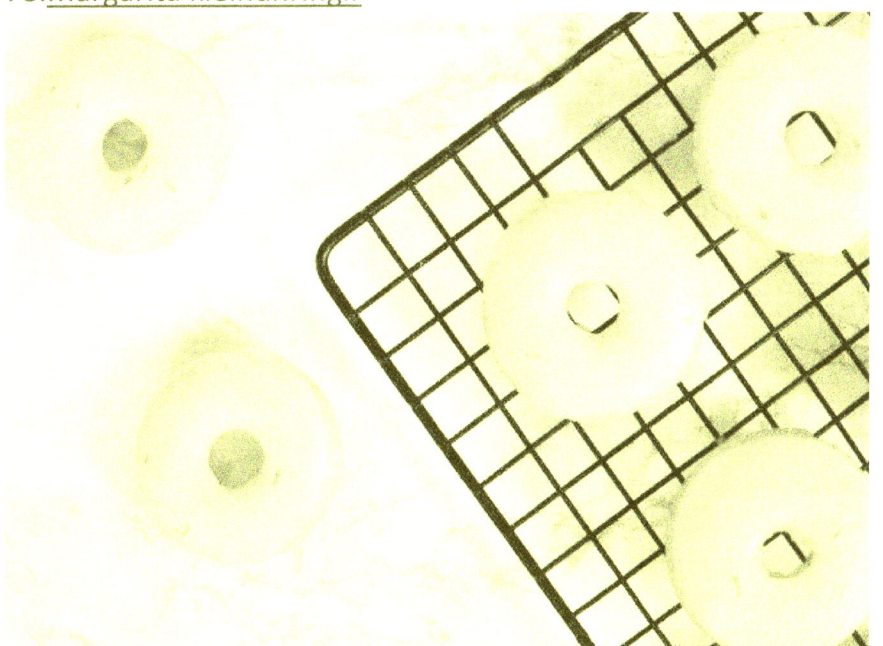

HRÁEFNI:
FYRIR kleinuhringina:
- 3 matskeiðar ósaltað smjör, brætt
- ½ bolli heilhveiti
- ½ bolli óbleikt alhliða hveiti
- 1 tsk lyftiduft
- ¼ tsk sjávarsalt
- Börkur af 1 lime
- ¼ bolli sykur
- 2 matskeiðar hunang
- 1 stórt egg
- ¼ tsk vanillu
- ⅓ bolli súrmjólk

FYRIR GLÍAN:
- 1 tsk tequila
- 2 tsk appelsínulíkjör, svo sem triple sec
- 2 tsk nýkreistur lime safi
- Börkur af 1 lime
- ⅔ bolli flórsykur (þú gætir þurft smá meira eða minna)

LEIÐBEININGAR:
FYRIR kleinuhringina:

a) Forhitið ofninn í 400°F. Sprautaðu kleinuhringapönnu með eldunarúða sem festist ekki og settu til hliðar.

b) Bræðið smjör í lítilli skál og setjið til hliðar til að kólna. Þeytið á meðan hveiti, lyftiduft, salt og limebörkur saman í stórri skál. Setja til hliðar.

c) Þeytið sykur, hunang, egg og vanillu út í kælt smjör þar til það hefur blandast vel saman. Þeytið súrmjólk út í. Hellið blautu hráefninu í þurrt hráefni og þeytið þar til það hefur blandast saman, passið að blanda ekki of mikið.

d) Hellið deiginu í sprautupoka (eða plastpoka með rennilás með horninu klippt af) og pípið jafnt í pönnuna.

e) Bakið kleinur í 7 mínútur. Látið kólna í 1 mínútu áður en pönnunni er snúið við til að fjarlægja kleinur á kæligrind. Látið þær kólna alveg - um 15-20 mínútur.

FYRIR GLÍAN:

f) Þegar kleinuhringirnir eru orðnir kaldir, þeytið saman tequila, appelsínulíkjör, limesafa og börk í flatbotna skál þar til það hefur blandast jafnt saman. Þeytið púðursykur rólega út í, eina matskeið í einu, þar til það er slétt. Ef gljáinn er of þykkur skaltu bæta við annarri skvettu af tequila. Ef það er of þunnt, bætið þá smá flórsykri út í.

g)   Dýfið kleinuhringjunum í gljáann, ruggið fram og til baka til að hylja þá jafnt á annarri hliðinni, og setjið aftur á kæligrindina með ísuðu hliðinni upp.

h)   Leyfið gljáanum að stífna, um 20 mínútur. Berið fram beint upp, niður lúguna.

79.Brandy og sultu kleinuhringir

HRÁEFNI:
- 2 pakkar virkt þurrger (4 ½ teskeiðar)
- 1 ½ bolli jurtamjólk, heit, um 110 F
- ½ bolli kornsykur
- ½ bolli kókossmjör, við stofuhita
- 1 matskeið brandy
- 1 tsk salt
- 4 ½ til 5 bollar alhliða hveiti
- 1 lítra jurtaolía, til djúpsteikingar
- Um það bil ½ bolli kornsykur, til að rúlla
- Um ½ bolli sælgætissykur, til að rúlla
- 1 bolli sulta eða ávaxtamauk, til fyllingar, valfrjálst

LEIÐBEININGAR:
a) Leysið gerið upp í volgri jurtamjólkinni í lítilli skál. Setjið til hliðar eftir að hrært hefur verið til að leysast upp.
b) Blandið sykrinum og kókossmjörinu saman í stóra hrærivélarskál eða hrærivél með spaðafestingunni þar til froðukennt.
c) Þeytið brennivín eða romm saman við ásamt salti þar til það hefur blandast vel saman.
d) Notaðu spaðafestinguna til að bæta við 4 ½ bolla af hveiti og jurtamjólkur-gerblöndunni til skiptis. Með vél, þeytið í 5 mínútur eða lengur þar til slétt, eða með höndunum lengur.
e) Setjið deigið í olíuskál. Snúið pönnunni við til að smyrja hina hliðina.
f) Hyljið toppinn með plastfilmu og látið hefast í 1 til 2 ½ klukkustund, eða þar til rúmmálið hefur tvöfaldast.
g) Hveitið létt hveitistráð yfirborð og fletjið deigið út. Klappaðu eða rúllaðu í ½ tommu þykkt. Til að forðast sóun skaltu nota 3 tommu kexskera til að skera hringi þétt saman.
h) Áður en steikt er skaltu hylja blaðið með rökum klút og láta kökurnar lyfta sér þar til þær hafa tvöfaldast í massa, um 30 mínútur.
i) Hitið olíuna í stórri pönnu eða hollenskum ofni í 350 gráður F. Settu nokkrar hækkandi pczki í olíuna ofan á (þurru hliðinni) og eldið í 2 til 3 mínútur, eða þar til botninn er gullinbrúnn.
j) Snúið þeim við og eldið í 1–2 mínútur til viðbótar, eða þar til þær eru gullinbrúnar. Gætið þess að olían verði ekki of heit svo að ytra byrði brúnist ekki áður en búið er að klára að innan. Athugaðu köldu til að sjá hvort hann sé fulleldaður. Eldunartími og olíuhiti ætti að stilla í samræmi við það.

k) Á meðan það er enn heitt skaltu rúlla í kornsykri. Ef þú vilt fylla þá skaltu gera gat á hliðina á pczki og kreista stóran dollu af fyllingu að eigin vali í það með sætabrauðspoka. Stráið síðan strásykri, sælgætissykri eða glasakremi yfir fyllta pczkiið.

l) Pczki geymast ekki vel, svo borðaðu þau strax eða frystu þau ef þú vilt mesta bragðið. Njóttu.

80.Irish Coffee kleinuhringir

HRÁEFNI:

- 1 ½ bolli alhliða hveiti
- ½ bolli kornsykur
- 1 ½ tsk lyftiduft
- ½ tsk salt
- ½ bolli bruggað kaffi, kælt
- ¼ bolli írskt viskí
- 2 matskeiðar brætt ósaltað smjör
- 1 stórt egg
- ½ tsk vanilluþykkni
- ¼ bolli flórsykur (til að rykhreinsa)

LEIÐBEININGAR:

a) Forhitaðu ofninn þinn í 350°F (175°C) og smyrjið kleinuhringjapönnu.

b) Í blöndunarskál, þeytið saman alhliða hveiti, kornsykur, lyftiduft og salt.

c) Í sérstakri skál, þeytið saman bruggað kaffi, írskt viskí, bræddu smjöri, eggi og vanilluþykkni.

d) Bætið blautu hráefnunum við þurrefnin og hrærið þar til það hefur blandast saman.

e) Setjið deigið með skeið í tilbúna kleinuhringjapönnu og fyllið hvert hol um það bil 2/3 fullt.

f) Bakið í 12-15 mínútur eða þar til tannstöngull sem stungið er í kleinurnar kemur hreinn út.

g) Leyfðu kleinunum að kólna á pönnunni í nokkrar mínútur og færðu þá yfir á vírgrind.

h) Dustið kleinuhringjurnar með púðursykri áður en þær eru bornar fram.

81. Bourbon Maple Beikon kleinuhringir

HRÁEFNI:

- 1 ¾ bollar alhliða hveiti
- ½ bolli kornsykur
- 2 tsk lyftiduft
- ½ tsk salt
- ¼ bolli bráðið ósaltað smjör
- ½ bolli mjólk
- 2 matskeiðar bourbon
- 1 stórt egg
- 1 tsk vanilluþykkni
- 6 sneiðar soðið beikon, mulið
- ½ bolli hreint hlynsíróp
- 2 matskeiðar bourbon (fyrir gljáa)
- Auka mulið beikon til áleggs

LEIÐBEININGAR:

a) Forhitaðu ofninn þinn í 350°F (175°C) og smyrjið kleinuhringjapönnu.
b) Í blöndunarskál, þeytið saman alhliða hveiti, kornsykur, lyftiduft og salt.
c) Blandið saman bræddu smjöri, mjólk, bourbon, eggi og vanilluþykkni í sérstakri skál.
d) Bætið blautu hráefnunum við þurrefnin og hrærið þar til það hefur blandast saman.
e) Brjótið mulið beikon saman við.
f) Setjið deigið með skeið í tilbúna kleinuhringjapönnu og fyllið hvert hol um það bil 2/3 fullt.
g) Bakið í 12-15 mínútur eða þar til tannstöngull sem stungið er í kleinurnar kemur hreinn út.
h) Í lítilli skál, þeytið saman hlynsíróp og bourbon til að gera gljáa.
i) Dýfðu hverjum kleinuhring í gljáann, leyfðu umframmagninu að leka af, stráðu síðan yfir möluðu beikoni yfir.

82.Kampavín hindberja kleinuhringir

HRÁEFNI:
- 1 ¾ bollar alhliða hveiti
- ½ bolli kornsykur
- 2 tsk lyftiduft
- ½ tsk salt
- ¼ bolli bráðið ósaltað smjör
- ½ bolli kampavín
- 1 stórt egg
- 1 tsk vanilluþykkni
- ½ bolli fersk hindber
- 1 bolli flórsykur
- 2-3 matskeiðar kampavín (fyrir gljáa)
- Fleiri fersk hindber til áleggs

LEIÐBEININGAR:

a) Forhitaðu ofninn þinn í 350°F (175°C) og smyrjið kleinuhringjapönnu.

b) Í blöndunarskál, þeytið saman alhliða hveiti, kornsykur, lyftiduft og salt.

c) Blandið saman bræddu smjöri, kampavíni, eggi og vanilluþykkni í sérstakri skál.

d) Bætið blautu hráefnunum við þurrefnin og hrærið þar til það hefur blandast saman.

e) Blandið ferskum hindberjunum varlega saman við.

f) Setjið deigið með skeið í tilbúna kleinuhringjapönnu og fyllið hvert hol um það bil 2/3 fullt.

g) Bakið í 12-15 mínútur eða þar til tannstöngull sem stungið er í kleinurnar kemur hreinn út.

h) Í lítilli skál, þeytið saman flórsykur og kampavín til að fá gljáann.

i) Dýfðu hverjum kleinuhring í gljáann, leyfðu umframmagninu að leka af, settu síðan ferskum hindberjum ofan á.

83. Kahlua súkkulaði kleinuhringir

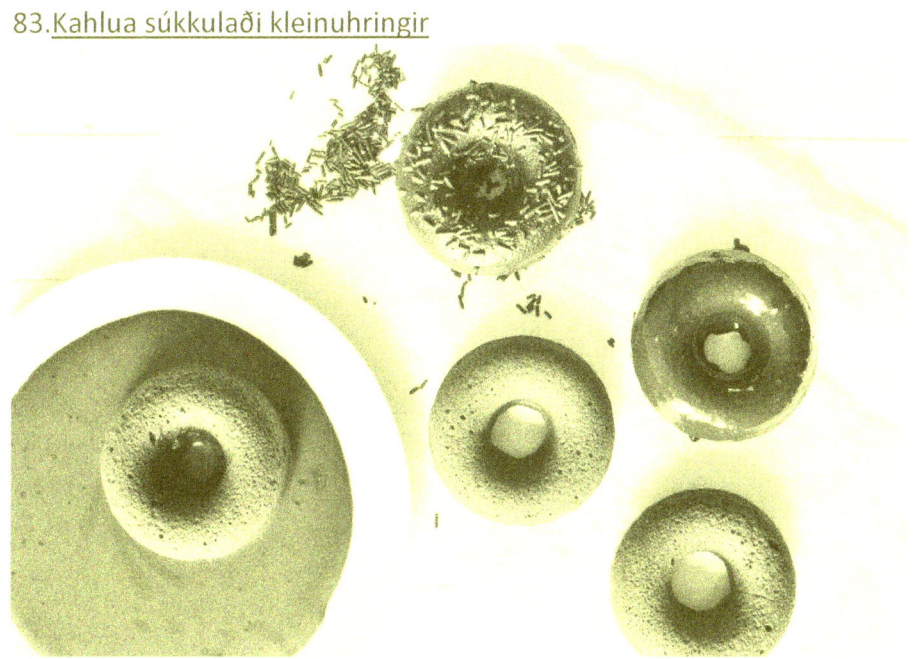

HRÁEFNI:

- 1 ½ bolli alhliða hveiti
- ½ bolli kakóduft
- 1 bolli kornsykur
- 2 tsk lyftiduft
- ½ tsk salt
- ½ bolli mjólk
- ½ bolli Kahlua
- ¼ bolli bráðið ósaltað smjör
- 1 stórt egg
- 1 tsk vanilluþykkni
- ½ bolli hálfsætar súkkulaðiflögur
- 1 matskeið Kahlua (fyrir gljáa)
- ½ bolli flórsykur
- Auka súkkulaðibitar fyrir álegg

LEIÐBEININGAR:

a) Forhitaðu ofninn þinn í 350°F (175°C) og smyrjið kleinuhringjapönnu.
b) Í blöndunarskál, þeytið saman alhliða hveiti, kakóduft, kornsykur, lyftiduft og salt.
c) Blandið saman mjólkinni, Kahlua, bræddu smjöri, eggi og vanilluþykkni í sérstakri skál.
d) Bætið blautu hráefnunum við þurrefnin og hrærið þar til það hefur blandast saman.
e) Blandið hálfsætu súkkulaðibitunum saman við.
f) Setjið deigið með skeið í tilbúna kleinuhringjapönnu og fyllið hvert hol um það bil 2/3 fullt.
g) Bakið í 12-15 mínútur eða þar til tannstöngull sem stungið er í kleinurnar kemur hreinn út.
h) Í lítilli skál, þeytið saman flórsykrinum og Kahlua til að búa til gljáa.
i) Dýfðu hverjum kleinuhring í gljáann, leyfðu umframmagninu að leka af og stráðu síðan yfir súkkulaðibitum.

84.Rommkaramellu gljáðar kleinuhringir

HRÁEFNI:
- 1 ¾ bollar alhliða hveiti
- ½ bolli kornsykur
- 2 tsk lyftiduft
- ½ tsk salt
- ¼ bolli bráðið ósaltað smjör
- ½ bolli mjólk
- 2 matskeiðar dökkt romm
- 1 stórt egg
- 1 tsk vanilluþykkni
- 1 bolli kornsykur (fyrir karamellu gljáa)
- 1/4 bolli vatn
- 1 matskeið dökkt romm
- ½ bolli flórsykur
- Auka romm til að drekka

LEIÐBEININGAR:

a) Forhitaðu ofninn þinn í 350°F (175°C) og smyrjið kleinuhringjapönnu.

b) Í blöndunarskál, þeytið saman alhliða hveiti, kornsykur, lyftiduft og salt.

c) Blandið bræddu smjöri, mjólk, rommi, eggi og vanilluþykkni í sérstakri skál.

d) Bætið blautu hráefnunum við þurrefnin og hrærið þar til það hefur blandast saman.

e) Setjið deigið með skeið í tilbúna kleinuhringjapönnu og fyllið hvert hol um það bil 2/3 fullt.

f) Bakið í 12-15 mínútur eða þar til tannstöngull sem stungið er í kleinurnar kemur hreinn út.

g) Blandið saman kornsykri og vatni í potti fyrir karamellugljáann. Hitið yfir meðalhita þar til sykurinn hefur leyst upp, eldið síðan án þess að hræra þar til blandan verður gullinbrún.

h) Takið karamelluna af hitanum og hrærið romminu varlega saman við.

i) Í lítilli skál, þeytið saman flórsykrinum og ögn af rommi til að fá gljáann.

j) Dýfðu hverjum kleinuhring í karamellugljáann, leyfðu umframmagninu að leka af, dreifðu síðan rommgljáanum yfir.

85.Tequila Lime kleinuhringir

HRÁEFNI:

- 1 ¾ bollar alhliða hveiti
- ½ bolli kornsykur
- 2 tsk lyftiduft
- ½ tsk salt
- Börkur af 2 lime
- ¼ bolli bráðið ósaltað smjör
- ½ bolli mjólk
- 2 matskeiðar tequila
- 1 stórt egg
- 1 tsk vanilluþykkni
- Safi úr 1 lime
- ½ bolli flórsykur
- Auka lime börkur fyrir álegg

LEIÐBEININGAR:

a) Forhitaðu ofninn þinn í 350°F (175°C) og smyrjið kleinuhringjapönnu.

b) Í blöndunarskál, þeytið saman alhliða hveiti, strásykur, lyftiduft, salt og limebörk.

c) Blandið saman bræddu smjöri, mjólk, tequila, eggi, vanilluþykkni og limesafa í sérstakri skál.

d) Bætið blautu hráefnunum við þurrefnin og hrærið þar til það hefur blandast saman.

e) Setjið deigið með skeið í tilbúna kleinuhringjapönnu og fyllið hvert hol um það bil 2/3 fullt.

f) Bakið í 12-15 mínútur eða þar til tannstöngull sem stungið er í kleinurnar kemur hreinn út.

g) Í lítilli skál, þeytið saman flórsykrinum og limesafa til að búa til gljáa.

h) Dýfðu hverjum kleinuhring í gljáann, leyfðu umframmagninu að leka af og stráðu síðan viðbótar lime-safa yfir.

86.Baileys súkkulaði kleinuhringir

HRÁEFNI:
- 1 ½ bolli alhliða hveiti
- ½ bolli kakóduft
- 1 bolli kornsykur
- 2 tsk lyftiduft
- ½ tsk salt
- ½ bolli mjólk
- ½ bolli Baileys Irish Cream
- ¼ bolli bráðið ósaltað smjör
- 1 stórt egg
- 1 tsk vanilluþykkni
- ½ bolli hálfsætar súkkulaðiflögur
- 1 bolli flórsykur
- 2 matskeiðar Baileys Irish Cream (fyrir gljáa)

LEIÐBEININGAR:

a) Forhitaðu ofninn þinn í 350°F (175°C) og smyrjið kleinuhringjapönnu.

b) Í blöndunarskál, þeytið saman alhliða hveiti, kakóduft, kornsykur, lyftiduft og salt.

c) Blandið saman mjólkinni, Baileys Irish Cream, bræddu smjöri, eggi og vanilluþykkni í sérstakri skál.

d) Bætið blautu hráefnunum við þurrefnin og hrærið þar til það hefur blandast saman.

e) Blandið hálfsætu súkkulaðibitunum saman við.

f) Setjið deigið með skeið í tilbúna kleinuhringjapönnu og fyllið hvert hol um það bil 2/3 fullt.

g) Bakið í 12-15 mínútur eða þar til tannstöngull sem stungið er í kleinurnar kemur hreinn út.

h) Í lítilli skál, þeytið saman flórsykrinum og Baileys Irish Cream til að búa til gljáa.

i) Dýfðu hverjum kleinuhring í gljáann og leyfðu umframmagninu að leka af.

87.Romm rúsínu kleinuhringir

HRÁEFNI:

- 1 ¾ bollar alhliða hveiti
- ½ bolli kornsykur
- 2 tsk lyftiduft
- ½ tsk salt
- ¼ bolli bráðið ósaltað smjör
- ½ bolli mjólk
- 2 matskeiðar dökkt romm
- 1 stórt egg
- 1 tsk vanilluþykkni
- ½ bolli rúsínur
- ½ bolli flórsykur
- 2 matskeiðar dökkt romm (fyrir gljáa)
- Auka rúsínur til áleggs

LEIÐBEININGAR:

a) Forhitaðu ofninn þinn í 350°F (175°C) og smyrjið kleinuhringjapönnu.
b) Í blöndunarskál, þeytið saman alhliða hveiti, kornsykur, lyftiduft og salt.
c) Blandið bræddu smjöri, mjólk, rommi, eggi og vanilluþykkni í sérstakri skál.
d) Bætið blautu hráefnunum við þurrefnin og hrærið þar til það hefur blandast saman.
e) Brjótið rúsínurnar saman við.
f) Setjið deigið með skeið í tilbúna kleinuhringjapönnu og fyllið hvert hol um það bil 2/3 fullt.
g) Bakið í 12-15 mínútur eða þar til tannstöngull sem stungið er í kleinurnar kemur hreinn út.
h) Í lítilli skál, þeytið saman flórsykur og romm til að fá gljáa.
i) Dýfðu hverjum kleinuhring í gljáann, leyfðu umframmagninu að leka af og settu síðan rúsínur yfir.

88. Mimosa kleinuhringir

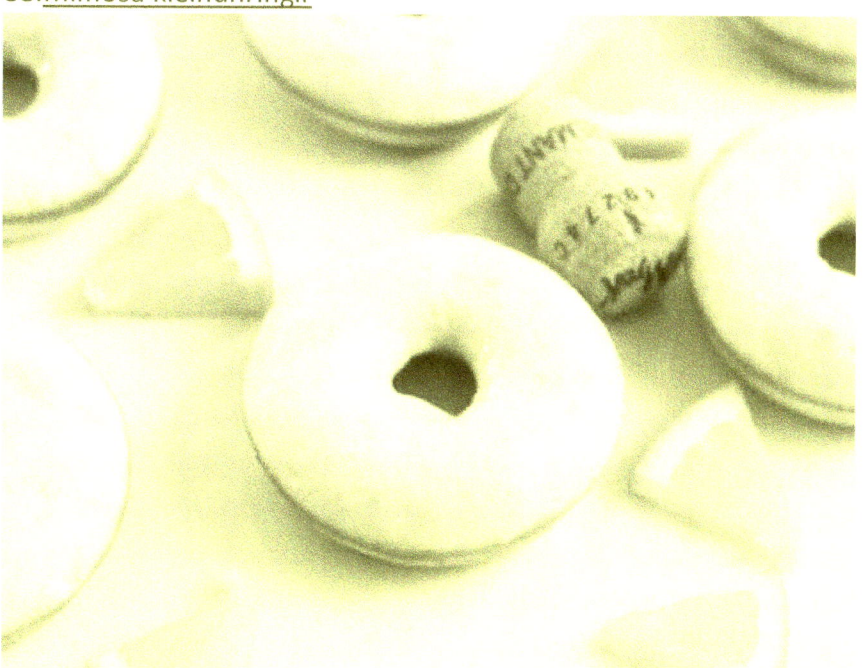

HRÁEFNI:

- 1 ½ bolli alhliða hveiti
- ½ bolli kornsykur
- 2 tsk lyftiduft
- ½ tsk salt
- Börkur af 1 appelsínu
- ¼ bolli bráðið ósaltað smjör
- ½ bolli appelsínusafi
- ½ bolli kampavín
- 1 stórt egg
- 1 tsk vanilluþykkni
- 1 bolli flórsykur
- 2 matskeiðar kampavín (fyrir gljáa)
- Appelsínubörkur til áleggs

LEIÐBEININGAR:

a) Forhitaðu ofninn þinn í 350°F (175°C) og smyrjið kleinuhringjapönnu.

b) Í blöndunarskál, þeytið saman alhliða hveiti, strásykur, lyftiduft, salt og appelsínubörkur.

c) Blandið saman bræddu smjöri, appelsínusafa, kampavíni, eggi og vanilluþykkni í sérstakri skál.

d) Bætið blautu hráefnunum við þurrefnin og hrærið þar til það hefur blandast saman.

e) Setjið deigið með skeið í tilbúna kleinuhringjapönnu og fyllið hvert hol um það bil 2/3 fullt.

f) Bakið í 12-15 mínútur eða þar til tannstöngull sem stungið er í kleinurnar kemur hreinn út.

g) Í lítilli skál, þeytið saman flórsykur og kampavín til að fá gljáann.

h) Dýfðu hverjum kleinuhring í gljáann, leyfðu umframmagninu að leka af og stráðu síðan appelsínuberkinum yfir.

89.Guinness Chocolate Stout kleinuhringir

HRÁEFNI:

- 1 ¾ bollar alhliða hveiti
- ½ bolli kakóduft
- 1 bolli kornsykur
- 2 tsk lyftiduft
- ½ tsk salt
- ¾ bolli Guinness stout
- ¼ bolli bráðið ósaltað smjör
- ½ bolli mjólk
- 1 stórt egg
- 1 tsk vanilluþykkni
- ½ bolli flórsykur
- 2 matskeiðar Guinness stout (fyrir gljáa)

LEIÐBEININGAR:

a) Forhitaðu ofninn þinn í 350°F (175°C) og smyrjið kleinuhringjapönnu.

b) Í blöndunarskál, þeytið saman alhliða hveiti, kakóduft, kornsykur, lyftiduft og salt.

c) Blandið saman Guinness stout, bræddu smjöri, mjólk, eggi og vanilluþykkni í sérstakri skál.

d) Bætið blautu hráefnunum við þurrefnin og hrærið þar til það hefur blandast saman.

e) Setjið deigið með skeið í tilbúna kleinuhringjapönnu og fyllið hvert hol um það bil 2/3 fullt.

f) Bakið í 12-15 mínútur eða þar til tannstöngull sem stungið er í kleinurnar kemur hreinn út.

g) Í lítilli skál, þeytið saman flórsykrinum og Guinness stout til að búa til gljáa.

h) Dýfðu hverjum kleinuhring í gljáann og leyfðu umframmagninu að leka af.

KORN OG BELGJUR

90.Maísbrauð kleinuhringir

HRÁEFNI:

- 1 bolli maísmjöl
- 1 bolli alhliða hveiti
- 2 matskeiðar kornsykur
- 1 tsk lyftiduft
- 1/2 tsk matarsódi
- 1/2 tsk salt
- 1 bolli möndlumjólk
- 1/4 bolli brædd kókosolía
- 1/4 bolli hlynsíróp
- 1/4 bolli maískjarnar (ferskar eða niðursoðnar)

LEIÐBEININGAR:

a) Forhitaðu ofninn þinn í 350°F (175°C) og smyrjið kleinuhringjapönnu.

b) Í skál, þeytið saman maísmjöl, alhliða hveiti, sykur, lyftiduft, matarsóda og salt.

c) Blandið saman möndlumjólkinni, bræddu kókosolíu og hlynsírópi í sérstakri skál.

d) Bætið blautu hráefnunum við þurrefnin og hrærið þar til það hefur blandast saman.

e) Hrærið maískornunum saman við.

f) Setjið deigið með skeið í tilbúna kleinuhringjapönnu og fyllið hvert hol um það bil 2/3 fullt.

g) Bakið í 12-15 mínútur eða þar til tannstöngull sem stungið er í kleinurnar kemur hreinn út.

h) Leyfðu kleinunum að kólna á pönnunni í nokkrar mínútur áður en þú færð þá yfir á vírgrind til að kólna alveg.

91.Kínóa og svörtu bauna kleinuhringir

HRÁEFNI:

- 1 bolli soðið kínóa
- 1 bolli soðnar svartar baunir, maukaðar
- 1/2 bolli maísmjöl
- 1/2 bolli heilhveiti
- 1 tsk lyftiduft
- 1/2 tsk salt
- 1/2 tsk kúmen
- 1/4 tsk chili duft
- 1/4 tsk paprika
- 1/4 bolli ósykrað möndlumjólk
- 2 matskeiðar ólífuolía

LEIÐBEININGAR:

a) Forhitaðu ofninn þinn í 350°F (175°C) og smyrjið kleinuhringjapönnu.

b) Blandið saman soðnu kínóa, maukuðu svörtum baunum, maísmjöli, heilhveiti, lyftidufti, salti, kúmeni, chilidufti, papriku, möndlumjólk og ólífuolíu í skál. Blandið þar til það hefur blandast vel saman.

c) Setjið deigið með skeið í tilbúna kleinuhringjapönnu og fyllið hvert hol um það bil 2/3 fullt.

d) Bakið í 15-18 mínútur eða þar til tannstöngull sem stungið er í kleinurnar kemur hreinn út.

e) Leyfðu kleinunum að kólna á pönnunni í nokkrar mínútur áður en þú færð þá yfir á vírgrind til að kólna alveg.

92.Kjúklingabaunamjöl og grænmetis kleinuhringir

HRÁEFNI:
- 1 bolli kjúklingabaunamjöl
- 1/2 bolli rifinn kúrbít
- 1/4 bolli rifin gulrót
- 1/4 bolli smátt skorin paprika
- 2 matskeiðar saxaður ferskur kóríander
- 1/2 tsk kúmen
- 1/2 tsk túrmerik
- 1/2 tsk lyftiduft
- 1/4 tsk salt
- 1/4 bolli vatn
- 2 matskeiðar ólífuolía

LEIÐBEININGAR:

a) Forhitaðu ofninn þinn í 350°F (175°C) og smyrjið kleinuhringjapönnu.

b) Blandið saman kjúklingabaunamjöli, rifnum kúrbít, rifnum gulrót, saxaðri papriku, kóríander, kúmeni, túrmerik, lyftidufti, salti, vatni og ólífuolíu í skál. Blandið þar til það hefur blandast vel saman.

c) Setjið deigið með skeið í tilbúna kleinuhringjapönnu og fyllið hvert hol um það bil 2/3 fullt.

d) Bakið í 15-18 mínútur eða þar til tannstöngull sem stungið er í kleinurnar kemur hreinn út.

e) Leyfðu kleinunum að kólna á pönnunni í nokkrar mínútur áður en þú færð þá yfir á vírgrind til að kólna alveg.

93.Linsubaunir og brún hrísgrjón kleinuhringir

HRÁEFNI:
- 1 bolli soðnar brúnar linsubaunir
- 1 bolli soðin brún hrísgrjón
- 1/2 bolli heilhveiti
- 1/4 bolli næringarger
- 2 msk möluð hörfræ blandað með 6 msk vatni (höregg)
- 1 tsk lyftiduft
- 1/2 tsk salt
- 1/4 tsk hvítlauksduft
- 1/4 tsk laukduft
- 1/4 tsk paprika
- 1/4 bolli ósykrað möndlumjólk

LEIÐBEININGAR:
a) Forhitaðu ofninn þinn í 350°F (175°C) og smyrjið kleinuhringjapönnu.
b) Blandið saman soðnum brúnu linsubaunum, soðnum hýðishrísgrjónum, heilhveiti, næringargeri, höregg, lyftidufti, salti, hvítlauksdufti, laukdufti, papriku og möndlumjólk í skál. Blandið þar til það hefur blandast vel saman.
c) Setjið deigið með skeið í tilbúna kleinuhringjapönnu og fyllið hvert hol um það bil 2/3 fullt.
d) Bakið í 15-18 mínútur eða þar til tannstöngull sem stungið er í kleinurnar kemur hreinn út.
e) Leyfðu kleinunum að kólna á pönnunni í nokkrar mínútur áður en þú færð þá yfir á vírgrind til að kólna alveg.

94.Hirsi og kjúklingabauna kleinuhringir

HRÁEFNI:

- 1 bolli soðið hirsi
- 1 bolli soðnar kjúklingabaunir, maukaðar
- 1/2 bolli haframjöl
- 1/4 bolli möndlumjöl
- 2 msk möluð hörfræ blandað með 6 msk vatni (höregg)
- 1 tsk lyftiduft
- 1/2 tsk salt
- 1/2 tsk þurrkað oregano
- 1/4 tsk hvítlauksduft
- 1/4 tsk laukduft
- 1/4 bolli ósykrað möndlumjólk

LEIÐBEININGAR:

a) Forhitaðu ofninn þinn í 350°F (175°C) og smyrjið kleinuhringjapönnu.

b) Blandið saman soðnu hirsi, maukuðum kjúklingabaunum, haframjöli, möndlumjöli, höreggi, lyftidufti, salti, þurrkuðu oregano, hvítlauksdufti, laukdufti og möndlumjólk í skál. Blandið þar til það hefur blandast vel saman.

c) Setjið deigið með skeið í tilbúna kleinuhringjapönnu og fyllið hvert hol um það bil 2/3 fullt.

d) Bakið í 15-18 mínútur eða þar til tannstöngull sem stungið er í kleinurnar kemur hreinn út.

e) Leyfðu kleinunum að kólna á pönnunni í nokkrar mínútur áður en þú færð þá yfir á vírgrind til að kólna alveg.

95.Bókhveiti og rauð linsubaunir kleinuhringir

HRÁEFNI:
- 1 bolli soðnar rauðar linsubaunir
- 1/2 bolli bókhveiti
- 1/4 bolli möndlumjöl
- 2 msk möluð hörfræ blandað með 6 msk vatni (höregg)
- 1 tsk lyftiduft
- 1/2 tsk salt
- 1/2 tsk malað kúmen
- 1/4 tsk malað kóríander
- 1/4 tsk túrmerik
- 1/4 bolli ósykrað möndlumjólk

LEIÐBEININGAR:

a) Forhitaðu ofninn þinn í 350°F (175°C) og smyrjið kleinuhringjapönnu.

b) Blandið saman soðnu rauðu linsubaunum, bókhveiti, möndlumjöli, höregg, lyftidufti, salti, maluðu kúmeni, möluðu kóríander, túrmerik og möndlumjólk í skál. Blandið þar til það hefur blandast vel saman.

c) Setjið deigið með skeið í tilbúna kleinuhringjapönnu og fyllið hvert hol um það bil 2/3 fullt.

d) Bakið í 15-18 mínútur eða þar til tannstöngull sem stungið er í kleinurnar kemur hreinn út.

e) Leyfðu kleinunum að kólna á pönnunni í nokkrar mínútur áður en þú færð þá yfir á vírgrind til að kólna alveg.

96.Kjúklingabaunir og sætar kartöflur kleinuhringir

HRÁEFNI:
- 1 bolli soðnar kjúklingabaunir, maukaðar
- 1/2 bolli soðin og stöppuð sæt kartöflu
- 1/2 bolli haframjöl
- 1/4 bolli möndlumjöl
- 2 msk möluð hörfræ blandað með 6 msk vatni (höregg)
- 1 tsk lyftiduft
- 1/2 tsk salt
- 1/2 tsk malað kúmen
- 1/4 tsk paprika
- 1/4 tsk hvítlauksduft
- 1/4 bolli ósykrað möndlumjólk

LEIÐBEININGAR:
Forhitaðu ofninn þinn í 350°F (175°C) og smyrjið kleinuhringjapönnu.
Blandið saman í skál maukaðar kjúklingabaunir, sætkartöflumús, haframjöl, möndlumjöl, höregg, lyftiduft, salt, malað kúmen, papriku, hvítlauksduft og möndlumjólk. Blandið þar til það hefur blandast vel saman.
Setjið deigið með skeið í tilbúna kleinuhringjapönnu og fyllið hvert hol um það bil 2/3 fullt.
Bakið í 15-18 mínútur eða þar til tannstöngull sem stungið er í kleinurnar kemur hreinn út.
Leyfðu kleinunum að kólna á pönnunni í nokkrar mínútur áður en þú færð þá yfir á vírgrind til að kólna alveg.

97.Linsubaunir og kínóa kleinuhringir

HRÁEFNI:

- 1 bolli soðnar linsubaunir, maukaðar
- 1 bolli soðið kínóa
- 1/2 bolli heilhveiti
- 1/4 bolli möndlumjöl
- 2 msk möluð hörfræ blandað með 6 msk vatni (höregg)
- 1 tsk lyftiduft
- 1/2 tsk salt
- 1/2 tsk þurrkað timjan
- 1/4 tsk laukduft
- 1/4 tsk hvítlauksduft
- 1/4 bolli ósykrað möndlumjólk

LEIÐBEININGAR:

a) Forhitaðu ofninn þinn í 350°F (175°C) og smyrjið kleinuhringjapönnu.

b) Blandið saman í skál maukaðar linsubaunir, soðið kínóa, heilhveiti, möndlumjöl, höregg, lyftiduft, salt, þurrkað timjan, laukduft, hvítlauksduft og möndlumjólk. Blandið þar til það hefur blandast vel saman.

c) Setjið deigið með skeið í tilbúna kleinuhringjapönnu og fyllið hvert hol um það bil 2/3 fullt.

d) Bakið í 15-18 mínútur eða þar til tannstöngull sem stungið er í kleinurnar kemur hreinn út.

e) Leyfðu kleinunum að kólna á pönnunni í nokkrar mínútur áður en þú færð þá yfir á vírgrind til að kólna alveg.

98.Smábaunir og brún hrísgrjón kleinuhringir

HRÁEFNI:
- 1 bolli soðnar svartar baunir, maukaðar
- 1 bolli soðin brún hrísgrjón
- 1/2 bolli haframjöl
- 1/4 bolli möndlumjöl
- 2 matskeiðar malað hörfræ blandað saman við 6 matskeiðar af vatni
- 1 tsk lyftiduft
- 1/2 tsk salt
- 1/2 tsk chili duft
- 1/4 tsk kúmen
- 1/4 tsk hvítlauksduft
- 1/4 bolli ósykrað möndlumjólk

LEIÐBEININGAR:

a) Forhitaðu ofninn þinn í 350°F (175°C) og smyrjið kleinuhringjapönnu.

b) Blandið saman í skál maukaðar svörtu baunirnar, soðin hýðishrísgrjón, haframjöl, möndlumjöl, höregg, lyftiduft, salt, chiliduft, kúmen, hvítlauksduft og möndlumjólk. Blandið þar til það hefur blandast vel saman.

c) Setjið deigið með skeið í tilbúna kleinuhringjapönnu og fyllið hvert hol um það bil 2/3 fullt.

d) Bakið í 15-18 mínútur eða þar til tannstöngull sem stungið er í kleinurnar kemur hreinn út.

e) Leyfðu kleinunum að kólna á pönnunni í nokkrar mínútur áður en þú færð þá yfir á vírgrind til að kólna alveg.

99.Kínóa og kjúklingabaunamjöl kleinuhringir

HRÁEFNI:
- 1 bolli soðið kínóa
- 1/2 bolli kjúklingabaunamjöl
- 1/4 bolli haframjöl
- 2 matskeiðar malað hörfræ blandað saman við 6 matskeiðar af vatni
- 1 tsk lyftiduft
- 1/2 tsk salt
- 1/2 tsk þurrkað rósmarín
- 1/4 tsk hvítlauksduft
- 1/4 tsk laukduft
- 1/4 bolli ósykrað möndlumjólk

LEIÐBEININGAR:
a) Forhitaðu ofninn þinn í 350°F (175°C) og smyrjið kleinuhringjapönnu.
b) Blandið saman soðnu kínóa, kjúklingabaunamjöli, haframjöli, höreggi, lyftidufti, salti, þurrkuðu rósmaríni, hvítlauksdufti, laukdufti og möndlumjólk í skál. Blandið þar til það hefur blandast vel saman.
c) Setjið deigið með skeið í tilbúna kleinuhringjapönnu og fyllið hvert hol um það bil 2/3 fullt.
d) Bakið í 15-18 mínútur eða þar til tannstöngull sem stungið er í kleinurnar kemur hreinn út.
e) Leyfðu kleinunum að kólna á pönnunni í nokkrar mínútur áður en þú færð þá yfir á vírgrind til að kólna alveg.

100.Linsubaunir og bókhveiti kleinuhringir

HRÁEFNI:
- 1 bolli soðnar linsubaunir, maukaðar
- 1/2 bolli bókhveiti
- 1/4 bolli möndlumjöl
- 2 msk möluð hörfræ blandað með 6 msk vatni (höregg)
- 1 tsk lyftiduft
- 1/2 tsk salt
- 1/2 tsk þurrkað timjan
- 1/4 tsk hvítlauksduft
- 1/4 tsk laukduft
- 1/4 bolli ósykrað möndlumjólk

LEIÐBEININGAR:

a) Forhitaðu ofninn þinn í 350°F (175°C) og smyrjið kleinuhringjapönnu.

b) Blandið saman í skál maukaðar linsubaunir, bókhveiti, möndlumjöl, höregg, lyftiduft, salt, þurrkað timjan, hvítlauksduft, laukduft og möndlumjólk. Blandið þar til það hefur blandast vel saman.

c) Setjið deigið með skeið í tilbúna kleinuhringjapönnu og fyllið hvert hol um það bil 2/3 fullt.

d) Bakið í 15-18 mínútur eða þar til tannstöngull sem stungið er í kleinurnar kemur hreinn út.

e) Leyfðu kleinunum að kólna á pönnunni í nokkrar mínútur áður en þú færð þá yfir á vírgrind til að kólna alveg.

NIÐURSTAÐA

Ég vona að þessi kleinuhringjamatreiðslubók hafi veitt þér innblástur til að prófa að búa til kleinuhringi heima. Hvort sem þú ert byrjandi eða vanur bakari, þá er kleinuhringjauppskrift hér sem þú getur prófað. Allt frá klassíkinni til meira skapandi bragðanna, möguleikarnir á heimagerðum kleinuhringjum eru endalausir.

Mundu að hafa gaman og vera skapandi með kleinuhringjagerðina þína. Kleinur eru ætlaðir til að njóta sín, svo ekki stressa þig of mikið á að gera þá fullkomna. Gerðu tilraunir með mismunandi álegg og fyllingar, og síðast en ekki síst, njóttu sæta góðgætisins sem þú hefur búið til.

Þakka þér fyrir að nota þessa matreiðslubók og gleðilegan bakstur!

www.ingramcontent.com/pod-product-compliance
Lightning Source LLC
LaVergne TN
LVHW021700060526
838200LV00050B/2445